Ìléwọ́ Ìkọ̀wé
YORÙBÁ ÒDE-ÒNÍ

láti ọwọ́

Ọládélé Awóbùlúyì
àti
Ọlásopé O. Oyèláràn

KWARA STATE UNIVERSITY PRESS

Cover background: Yoruba Àdìrẹ motif

First published 2017

Published by

Kwara State University Press
Kwara State University, Malete
PMB 1530
Ilorin, Kwara State

ISBN 978-978-54870-0-8

Editorial, design and typesetting by Agbo Areo Book Publishing Consultancy Services

Ìtọ́ka Àkóónú

Ìdúpẹ́

A fi tọkàntọkàn dúpẹ́ lọ́wọ́ àwọn alájùmọ̀ṣe wa, tí ó jẹ́ pé bí a ti fi lọ̀ wọ́n ni wọ́n pa àwọn ohun mìíràn tí wọ́n ń ṣe lọ́wọ́ tì, tí wọ́n yẹ àkọ́tẹ̀ àbá *iléwọ́* yìí wò fínnífínní, tí wọ́n sì fún wa ní ìmọ̀ràn tó wúlò gidigidi. Orísirísi ọ̀nà tí àwọn ìmọ̀ràn wọn fi sọ *iléwọ́* yìí dòtun kò sòroó mọ̀; ọ̀pọ̀ nínú wọ́n jẹ́ àbá èdá-èdè; òmíràn sì jẹ mọ́ àkóónú àti àlàyé tí ẹ ò níí sàìdámọ́ láti ìpín dé ìpín, tó fi mọ́ ẹka-ìpín.

Ìfisọrí

A mọ̀ọ́mọ̀ fi ìwé yìí sọrí
Ọ̀jọ̀gbọ́n, Onímọ̀, aṣe-máà-káàárẹ̀,
Francis Abíọ́lá Ìrèlé ni.
Ó wáyé; ó ṣayé lóore.
Abíọ́lá ṣayé; ó túnwà ṣe.
Ọmọ Ìrèlé, Baálé Ẹka, ọmọ Bassey,
Gbédègbẹyọ̀ ni.
Ẹni tí kò mọ̀-ọ́nkọ-mọ̀-ọ́nkà
Ní èdè àbínibí rẹ̀, ká tóó wáá pé
Èdè mìíràn àmú-ṣoge, àmú-ṣọmọlúwàbí,
Ẹni bẹ́ẹ̀ sọ̀wà nù;
Ó burú ju ẹni tó wáyé wáá wòran lọ.
Abíọ́lá já ilé lítiréṣọ̀ Faraⁿsé
Ó já ti Gẹ̀ẹ́sì
Ó fi ró ti Yorùbá lásọ.
Ilẹ̀ gbogbo nilé fún Francis Abíọ́lá, ọmọ Ìrèlé:
Sábóńgídá-Orà [Evbiobe], Èkó-Àkéte, Ilé-Ifẹ̀,
Ìbàdàn, Ìlọrin, tó fi dé Pàríì,
Àti orílẹ̀-èdè yòókù
Tí èdè Faraⁿsé, Pàyán-àn àti Potogí
Ti sàn dé.
Gbogbo orílẹ̀-èdè tí Abíọ́lá ọmọ Ìrèlé ti fèdè dọmọ onílé:
Sìnìgà, Àjàṣẹ́ẹ̀po, Mosáńbíikì,

Erékùsù Kúbà Kásírò, àti
Bàsíì tí Àbìdiàsì do Nàsìméntò tí ó
Tún ìlú dá, bí Abíọlá ọmọ Ìrèlé
Ti fi ìṣe dábírà ní Nàìjá, Amẹ́ríkà, àti
Jákèjádò Àkólẹ̀ Áfíríkà!
Ǹjẹ́ Francis Abíọlá, "Àkànbí" Ìrèlé,
O wáyé;
O wọ tajátẹran ní ẹ̀wù ẹ̀yẹ.
Ogún tó o fi sílẹ̀, káyé le gún
Kò níí jẹ́ kórúkọ rẹ àfọ̀wọ̀-pè
Já lẹ́nu ọmọnìyàn láíláí.
Ayé yẹ ọ́; ọ̀run rẹ á sunwọ̀n.
Igi tó o lọ́
Yóò dàràbà;
Yóò dìtí.
Ọ̀run-un re o!

Àṣàmọ̀*

Ọ̀kan nínú èdè àbígbó, àbísọ orílẹ̀ Nàìjíríà, Bìnì, àti Tógò ni Yorùbá.

Ní ìbẹ̀rẹ̀ sẹ́ńtúrì 1800 ni a dáwọ́lé akitiyan àtikọ Yorùbá sílẹ̀. Bó ti wu oníkálùkù òṅkọ̀wé àti atẹ̀wétà ni wọ́n sì kọ́ bẹ̀rẹ̀ síí kọ ọ́. Ní ọdún 1848 sí 1849, nílẹ̀ Gẹ̀ẹ́sì, ni a ti kọ́kọ́ ṣe aáyan àkọtọ́ àjọgbà. Ẹ̀ẹ̀kejì, ní ọdún 1875, ní orílẹ̀ Nàìjíríà; tí Ìgbìmọ̀ Àjọdá lórí Ètò-Ẹ̀kọ́ (Joint Consultative Council on Education) ní Nàìjíríà sì ṣe ẹ̀ẹ̀keta, láìpẹ́ yìí náà, ní ọdún 1974. Ọpẹ́lọpẹ́ àwọn onímọ̀ láti orílẹ̀ Bìnì, yálà tí wọ́n ń ṣiṣẹ́ ní Yunifásitì ní Nàìjíríà nígbà náà, tàbí tí wọ́n kanlẹ̀ wáá ṣàbẹ̀wò, àwọn ni wọ́n mú àbá àkọtọ́ 1974 yìí lọ sí orílẹ̀ Bìnì ní kété tí Ìgbìmọ̀ Àjọdá lórí Ètò-Ẹ̀kọ́ fọwọ́ sí i; tí àwọn onímọ̀ àti òṅkọ̀wé Bìnì sì ti ń mú un lò láti ìgbà yẹn.

Ṣébí, bí ọ̀rọ̀ bá wáá kan àkọtọ́ Yorùbá tí ó yẹ kí a máa mú lò ní àwọn orílẹ̀ afọgẹ̀ẹ́sì àti afọfaraṅsé, kò sí ohun tó bójú mu tó kí á mọ̀-ọ́nmọ̀ gba ọ̀kan-náà múlò ní gbogbo orílẹ̀ tí ń sọ Yorùbá jákèjádò Ìwọ̀-Oòrùn Áfíríkà. Èyí gan-an ló fa *Àkọtọ́ Àjọgbà Kárí-Ẹ̀ka Yorùbá fún Orílẹ̀ Bìnì, Nàìjíríà, àti Tógò* tó jáde ní 2011. Ìjókòó amúṣẹ́ṣẹ́ méji, Centre for Advanced Studies of African Society [CASAS] ní Cape Town, àti Centre for Black

---

* 'Àṣàmọ̀' nì ọ̀rọ̀ sòkí ti a fi la ibi tí a ń lọ, bí a óò ṣe débẹ̀, ohun tí a fẹ́ẹ́ mú ṣe níbẹ̀, àti ohun tí a ń fi gbogbo rẹ̀ lépa, bí àyọrísí, yé ẹni tí a ń bá sọ̀rọ̀. A lè sọ pé: 'Mo fẹ́ẹ́ pa yín l*áṣàmọ̀* ète tí a fẹ́ẹ́ gbékalẹ̀ yìí.' [Ọlásopé O. Oyèláràn, ògbifọ̀]

viii

and African Arts and Civilisation [CBAAC] ní Èkòó, ni wọn tẹ́ ẹ jáde. Àjọgbà ìkọ̀wé irú èyí, tó tún wáá kẹ́sẹ̀já ju ti àwọn CBAAC àti CASAS lọ ni *Ìléwọ́ Ìkọ̀wé Yorùbá Òde-òní* yìí, tí Ìgbìmọ̀ Amúṣẹ́ṣe Yorùbá Àtilẹ̀délẹ̀ wáá gbékalẹ̀ fún lílò ní gbogbo orílẹ̀ Bìnì, Nàìjíríà, àti Tógò.

A mọ̀-ọ́nmọ̀ sẹ̀tò iléwọ́ yìí ni, kí ó le jẹ́ atọ́nà lọ́wọ́ akẹ́kọ̀ọ́, òǹkọ̀wé, àti atẹ̀wétà gbogbo. Ìtọ́sọ́nà náà kò kan àwòmúlò àkọtọ́ èdè Yorùbá nìkan; ó kan ìlò-èdè tó péye bá kan náà. Nítorí ìdí èyí, a fẹ́ẹ́ rọ gbogbo ẹni tó bá ti ń kọ Yorùbá kí wọ́n mú ìlànà àti òté inú ìléwọ́ yìí lò láìyapa, kí ọ̀rọ̀ Yorùbá le baà gún.

Ó tọ́, ó sì yẹ kí a mẹ́nu bà á pé Ọlásopé Oyèláràn ló fi ẹ̀dà Gẹ̀ẹ́sì Ìgbìmọ̀ Amúṣẹ́ṣe fún Yorùbá Àtilẹ̀délẹ̀ ṣe òkùtẹ̀ aáyan *Ìléwọ́ Ìkọ̀wé Yorùbá Òde-òní* yìí fún gbogbo Yorùbá nílé, lóko, lẹ́yìn odi, àti káríayé.

Ọládélé Awóbùlúyì
Ọlásopé O. Oyèláràn
Oṣù Kọkànlàá 2016

1. Orúkọ

Orúkọ tó gbilẹ̀ jù fún èdè yìí, tí ìjọba sì fọwọ́ sí, ọnà yòówù kí á kọ ọ́, bí ó ti wù kí á sì fẹ́ẹ́ mú un lò, ní Ìwọ̀-Oòrùn Áfíríkà àti jákèjádò Àmẹ́ríkà, ni **"Èdè Yorùbá"**, tàbí **"Yorùbá"**, ní pọ́nńbélé.

2. Ohùn tàbí Ìdúnhùn Fáwẹ̀lì

Ohùn/Ìdúnhùn mẹ́ta ló ṣe pàtàkì ní èdè Yorùbá; àwọn mẹ́tẹ̀ẹ̀ta tí a máa ń yán lórí fáwẹ̀lì àti kọ́nsónáǹtì àkùnpè aṣesílébù ni: ohùn òkè [**kí; ń**]; ohùn àárín tí a óò fi sílẹ̀, láìyán [**ki, n**]; àti ohùn ìsàlẹ̀ [**kì, ǹ**]. Àwọn ohùn mẹ́tẹ̀ẹ̀ta yìí ṣe pàtàkì púpọ̀, bí àwọn fáwẹ̀lì àti kọ́nsónáǹtì, fún dídá-ọ̀rọ̀-mọ̀. Nítorí ìdí èyí, ara-ẹran ni ohùn; kì í ṣe àwọ́n fún sípẹ́lì tó tọ̀nà fún ọ̀rọ̀ kọ̀ọ̀kan. Ìlànà yíyán ohùn/ìdúnhùn nìwọ̀nyí:

2.1. Yán ìdúnhùn òkè **ní gbogbo ìgbà** lórí fáwẹ̀lì àti kọ́nsónáǹtì aṣesílébù:

Àpẹẹrẹ:

> il**é**
> ow**ó**
> or**ó**
> **ń** lọ
> b**íńtí**n

2.2. Fi ìdúnhùn àárín sílẹ̀ láìyán **ní gbogbo ìgbà**, àfi lórí kọ́nsónáǹtì aṣesílébù, tí à á fi ìlà àgbérù yán.

1

Àpẹẹrẹ:

ọmọ

oko

sọn̄sọ

rон̄do

gbaн̄gba

2.3. Yán ìdúnhùn ìsàlẹ̀ **ní gbogbo ìgbà** lórí fáwẹ̀lì àti kọ́nsónáǹtì aṣesílébù:

Àpẹẹrẹ:

ọ̀kọ̀

ò̩kò̩

ẹ̀rẹ̀kẹ́ gbẹ̀ǹgbẹ̀

olúkóǹdó

3. Kọ́nsónáǹtì

Kọ́nsónáǹtì méjìdínlógún (18) ni èdè Yorùbá ní. Kí á máa kọ wọ́n bá yìí **ní gbogbo ìgbà**.

Àwọn lẹ́tà kékeré: b, d, f, g, gb, h, j, k, l, m, n, p, r, s, ṣ, t, w, y

Àwọn lẹ́tà ńlá: B, D, F, G, Gb, H, J, K, L, M, N, P, R, S, Ṣ, T, W, Y

Ìsàjòjì-ọ̀rọ̀-donílé

Àsínpọ̀ kọ́nsónáǹtì kì í bẹ̀rẹ̀ sílébù, kì í sì í parí rẹ̀ ní èdè Yorùbá. Ìyẹn ló fà á tí kò fi sí tẹ̀léǹtẹ̀lé kọ́nsónáǹtì nínú ọ̀rọ̀ Yorùbá, tí kọ́nsónántì kì í sì í parí ọ̀rọ̀. Nítorí ìdí èyí, bá yìí ni kí ẹ máa sọ àjọjì ọ̀rọ̀ tó bá ní tẹ̀léǹtẹ̀lé kọ́nsónántì donílé:

3.1. Bí tẹ̀léǹtẹ̀lé kọ́nsónántì bá parí sílébù, fo ọ̀kan, kí ọ̀rọ̀ le ṣeé pè:

Àpẹẹrẹ:

mix (miks)	míìsì
Christ	Kírítì/Kíísítì/Kíítì
Mistress	mísírẹ̀ẹ̀sì/mísírẹ̀sì

3.2. Bí àfètèpè **b**, **f**, tàbí **p** bá jẹ́ àkọ́kọ́ nínú tẹ̀léǹtẹ̀lé kọ́nsónántì níbẹ̀rẹ̀ sílébù, pàápàá jù lọ níbẹ̀rẹ̀ ọ̀rọ̀, fi fáwẹ̀lì **u** là wọ́n láàárín:

Àpẹẹrẹ:

bread	búrẹ́dì
frame	fúrémù/férémù
promo	púrómò
diploma	dípúlọ́mà
premier	púrẹ́míà/pẹ́rẹ́míà

3.3. Bí ò ṣe, ẹ fi fáwẹ̀lì **i** la tẹ̀léǹtẹ̀lé kọ́nsónántì bẹ́ẹ̀ láàárín, pàápàá bí ọ̀kankan nínú wọn kì í bá ṣe àfètèpè. Òté yìí jẹ́ kó rọrùn láti sọ àjọjì ọ̀rọ̀ àfetíyá donílé:

Àpẹẹrẹ:

class	kíláàsì
glass	gíláàsì
grammar	gírámà

3

crate	kíréètì
Christ	Kírítì/Kíítì

Àjòjì òrò àfojúyá àwọn alákòwé a máa ṣáábà yàtò, bí àwọn àpẹẹrẹ yìí:

fridge	fíríìjì/fìríìjì (*fúríìjì)
free	fíríì (*fúríì)

3.4. Bí kọ́nsónáǹtì bá parí òrò, ẹ fò ó, pàápàá bí kọ́nsónáǹtì bẹ́ẹ̀ kì í bá ṣe àsénu-pè tàbí àfúnnu-pè:

Àpẹẹrẹ:

tailor	télò
motor	mọ́tò
radiator	radiétò
paper	bébà/pépà
mobil	móbì

3.5. Bí kọ́nsónáǹtì tó parí òrò bá wá jẹ́ bí **b**, **f**, **v**, tàbí **p**, ẹ fi fáwèlì **u** tẹ̀lé e:

Àpẹẹrẹ:

bomb	bọ́ǹbù
scarf	síkáàfù
valve	fáàbù
stove	sítóòfù
pump	pọ́ǹbù

Àfojúyá àwọn alákòwé, pàápàá àwọn Kíítẹ̀nì:

Philip Fílípì/Fílíbì (f.w. "Fílííbù" tó yẹ ká máa gbọ́.)

3.6. Lẹ́yìn ìgbà tí a bá ti fi òté Yorùbá sọ àjọjì ọ̀rọ̀ donílé, bí fáwẹ̀lì ẹ̀yìn bí **u, o**, tàbí **ọ** bá ṣaájú kọ́ńsónáǹtì tó gbẹ̀yìn ọ̀rọ̀, kọ́ńsónáǹtì bẹ́ẹ̀ ni í tọ́ka fáwẹ̀lì tá á fi parí ọ̀rọ̀ bẹ́ẹ̀.

Àpẹẹrẹ:

a. Bí kọ́ńsónáǹtì bá jẹ́ àfiwájú-ahán-pè bí **t, d**, tàbí **l**, fáwẹ̀lì **u** ni a á fi tẹ̀lé e, bí ẹni pé àwọn kọ́ńsónáǹtì mẹ́tẹ̀ẹ̀ta yìí kì í dí fáwẹ̀lì tó ṣaájú wọn lọ́wọ́ kíkó ìṣẹnu-pè ran fáwẹ̀lì tí yóò tẹ̀lé wọn parí ọ̀rọ̀.

Àpẹẹrẹ:

fruit	fúrúùtù
suit	súùtù
shoot	ṣúùtù
bolt	bóòtù
coat/court	kóòtù
overfloat	ofafúlóòtù
food	fúùdù
hood	húùdù
mood	múùdù
Exodus	Ẹ́kísódù
crowd	kíráòdù
code	kóòdù
Bedford	Bẹ́dífọ́ọ̀dù
record	rẹ́kọ́ọ̀dù

5

Accord	Àkóòdù
ball	bóòlù
gold/goal	góòlù
role/roll	róòlù
pencil	pénsùrù/pénsù
Saul	Sóòlù
soul/sole	sóòlù
tape rule	teburúùlù/teburúù

b. Bí kónsónántì bá jé àfúnnu-pè bí **s**, **ṣ**, àti **j**, fáwèlì **i** ni a á fi tèlé e:

Àpeere:

juice	júùsì
Bush	Búùṣì
rouge	rúù/rúùjì
huge	híùjì
glucose	gúlúkóòsì
close	kílóòsì
coach	kóòṣì
Rose	Róòsì
bus	bóòsì
course/cause	kóòsì
brush	búróòṣì
rush	róòṣì
church	ṣóòṣì
George	Jóòjì
Lodge	Lóòjì

6

d. Fáwèlì **u** ni í tèlé àwọn kọ́nsónántì àfẹ̀yìn-ahán-
pè, **k** àti **g**, nínú àjọjì ọ̀rọ̀ àfetíyá, ṣùgbọ́n **i** ni í tèlé
àwọn kọ́nsónántì méjèèjì yìí nínú ọ̀rọ̀ àfojúyá òde-
òní.

Àpẹẹrẹ:

book	búùkù
cook	kúùkù/kúkù
Luke	Lúùkù
envelope	áńbílóòkù/ẹ́nmúlóòkù/
	ẹ́nbílóòkù
Coke	Kóòkì
soak	sóòkì
block	búlọ́ọ̀kù/búlọ́ọ̀kì
blog	búlọ́ọ̀gù/búlọ́ọ̀gì
dog	dọ́ọ̀gì
flog	fúlọ́ọ̀gì
fog	fọ́ọ̀gì
fork	fọ́ọ̀kù/fọ́ọ̀kì
hammock	ámọ́ọ̀kù/ámọ́kù/àmọ́ọ̀kì
mock	mọ́ọ̀kì
chalk	sọ́ọ̀kì
bug	bọ́ọ̀gì
rug	rọ́ọ̀gì
drug	dúrọ́ọ̀gù/dúrọ́ọ̀gì

3.7. Ẹ fi fáwèlì "**i**" tèlé kọ́nsónántì yòówù tó bá parí ọ̀rọ̀,
tí kò sì tèlé ọ̀kankan nínú àwọn fáwèlì **u**, **o**, tàbí **ọ**:

7

Àpẹẹrẹ:

class	kíláàsì
glass	gíláàsì
file	fáìlì
fine	fáànì
rice	ìrẹsì/ráìsì
shirt	ṣẹẹtì
Chris(mas)	Kérésì(mesì)

4. Fáwẹ̀lì

Fáwẹ̀lì méjìlàá ni a rí kà fún èdè Yorùbá; bá yìí ni a sì gbọdọ̀ máa kọ wọ́n ní gbogbo ìgbà:

Lẹ́tà kékeré: **a, e, ẹ, i, o, ọ, u; in, ẹn, an, ọn, un**

Lẹ́tà ńlá: **A, E, Ẹ, I, O, Ọ, U; IN, ẸN, AN, ỌN, UN**

4.1. Ẹ kọ fáwẹ̀lì **a, e, ẹ, i, o, ọ, u** tààrà níwájú àti lẹ́yìn kọ́ńsónáǹtì yòówù kó jẹ́ nínú ọ̀rọ̀:

Àpẹẹrẹ:

ata
etí
ẹ̀wù
ọwọ́
mo
mọ
ní
nà

Òkené/Òkení (Ìlú kan ní ìpínlẹ̀ Kogí ní Nàìjíríà)
Kánò (Ìpínlẹ̀ kan ní Nàìjíríà, àti olú-ìlú ìpínlẹ̀ yẹn)

4.2. Kíkọ Àwọn Fáwẹ̀lì Àránmúpè

Ẹ kọ "ọn" tẹ̀lé àwọn kọ́nsónáǹtì àfètèpè wọ̀nyí nìkan: **b, p, f, gb, w**:

Àpẹẹrẹ:
agbọ̀n
èfọn
ẹ̀wọ̀n
ìbọn
pọ́n

4.3. Ẹ kọ "**an**" tẹ̀lé àwọn kọ́nsónáǹtì yòókù, yàtọ̀ sí àwọn wọ̀nyí: **m, n, b, p, f, gb**, àti **w**.

Àpẹẹrẹ:
ahán
ẹran
èsan
idán
ìtàn
iyán
ọ̀kan
ṣàn

4.4. Ẹ kọ "**in**", "**ẹn**" tàbí "**un**" tẹ̀lé gbogbo kọ́nsónáǹtì, àfi "**m**", àti "**n**":

Àpẹẹrẹ:

9

erin
ẹsin
ikùn
irun
ìyẹn
wúnrẹ̀n

4.5. Bí ọ̀rọ̀ bá ní àfàgùn fáwẹ̀lì àránmúpè bí **an** tàbí **ọn**, ẹ kọ àfàgùn bẹ̀ẹ̀ ní àkọkún, kí ẹ fi àmì asòrọ̀pọ̀ [-] dá wọn:

Àpẹẹrẹ:
gan-an
márùn-ún
mọ̀-ọ́nkọ-mọ̀-ọ́nkà
sàn-án

4.6. Bí fáwẹ̀lì bá tẹ̀lé ara wọn nínú ọ̀rọ̀ kan náà, tí kọ́nsónántì kànkan kò sì là wọ́n, kí fáwẹ̀lì kọ̀ọ̀kan dá ohùn tirẹ̀ ní gédégédé:

Àpẹẹrẹ:
akẹ́kọ̀ọ́
ẹ̀ẹ́dẹ́gbẹ̀rin
ìwádìí
kìíní
mìíràn
olóògbé
olóòórùn

10

5. Ọ̀rọ̀ àti Ìpààlà-Ọ̀rọ̀

Bí a bá ní "ìpààlà-ọ̀rọ̀", ohun tí a ní lọ́kàn ni bí a ṣe le wọ́n/dá ìsọ tí a fi í mọ ibi tí ọ̀rọ̀ kan ti pin, tí òmíràn sì bẹ̀rẹ̀ nínú gbólóhùn.

5.1. Àfo ìsọwọ́tẹ̀wé/ìsọwọ́kọ̀wé kan ṣoṣo ni a fi í pààlà ọ̀rọ̀ sí ara wọn nínú gbólóhùn, **bí "ọ̀rọ̀" kò bá ní bá**. Kí a máa mú ìlànà wọ̀nyí lò láti pààlà sí ọ̀rọ̀ nínú gbólóhùn:

5.2. Kí **á máa kọ** àwọn *àṣìkọ* ìsọ/ìpèdè apá òsì wọ̀nyí bí a ṣe kọ wọ́n ní apá ọ̀tún ní gbogbo ìgbà.

Àpẹẹrẹ:

Ẹ pàyìí tì	Ẹ kọ ọ́ bá yìí
níṣe ni	ń ṣe ni (# **8.7 jẹ́rìí sí èyí**)
níláti	ní láti
ìbá	ì bá
tani	ta ni
kíni	kí ni
èwoni	èwo ni
jẹ́kí	jẹ́ kí
wipe	wí pé
gẹ́gẹ́bí	gẹ́gẹ́ bí
ẹnití	ẹni tí
ibití	ibi tí
nítorínáà	nítorí náà
nítorípé	nítorí pé
nítorítí	nítorí tí

11

nígbànáà	nígbà náà
nígbàtí	nígbà tí
nígbàgbogbo	nígbà gbogbo
níbi-gbogbo	níbi gbogbo
níwọnigbàtí	níwọn ìgbà tí
la	la/ni a
bó	bó/bí ó
ló	ló/ni ó
tó	tó/tí ó
léhìnnáà	léyìn náà
bíótilẹjẹ́pé	bí ó tilẹ̀ jẹ́ pé

5.3. Pàtàkì jùlọ, a gbọ́dọ̀ kọ **"kí ni"** àti **"ta ni"** láìsí ìyàtọ̀ nígbà kankan, ìyẹn ní pé a gbọ́dọ̀ máa kọ wọ́n bí a ti kọ wọ́n nínù àwọn àpẹẹrẹ wọnyí:

Kí ni o ní o fẹ̀? O ní o fẹ̀ **kí ni**?

Ta ni o ní o rí? O ní o rí **ta ni**?

5.4. Bí a ti ń mú "láti" òun "àti" lò

Èyí náà sì tún bá àkíyèsi pé **"láti"** kì í ṣe **ọ̀rọ̀ gidi** nínù **èdè Yorùbá**. Àkànpọ̀ **"ní"** òun **"àti"** ni. **"Àti"** di méji: ọ̀kan ọ̀rọ̀ gidi, tí a fì í ṣe àkàkún ọ̀rọ̀-orúkọ tàbí àpólà orúkọ mọ́ ara wọn; èkejì ni **"àti"** tó wà lára **"láti"**, tí àṣìmúlò rẹ̀ ti jẹ́ kí ó dọkọ mọ́ wa nígbá. Torí pé àṣìmúlò yìí ti da àṣà mọ́ wa nígbá, **kí á kúkú máa lò ó lọ bí a ṣe lò ó nínú àwọn àpẹẹrẹ wọnyí**, tí àfo tó tẹ̀lé e pààlà fún un, bí ẹni pé ọ̀rọ̀ gidi ni:

12

Apẹẹrẹ:

Òjó ní **láti** tètè débẹ̀.

Kò nira fún mi **láti** ṣe.

Bí a bá wo àwọn gbólóhùn méjéèjì tí a fi ṣàpẹẹrẹ yìí, kò sí àní-àní pé ** Òjó** ni olùwà fún ***"tètè débẹ̀"***. Bẹ́ẹ̀ sì ni **"mi"** ni olùwà **"ṣe"**.

Ẹ wá wo àwọn gbólóhùn méjì yìí:

? A rọ̀ wọ́n láti tètè débẹ̀.

? A rọ̀ àwọn ọlọ́pàá láti tètè kúrò níbẹ̀.

Irú àwọn gbólóhùn bá yìí ti fẹ́ẹ̀ di mọ́-ọ́nlí ìpèdè lóde-òní. Nínú gbólóhùn kìíní, a ò mọ ẹni tí a '*rọ̀*' kó "*tètè débẹ̀*": **"a"** tí ó ń sọ̀rọ̀ ni, àbí **"wọ́n"** tí à ń sọ̀rọ̀ nípa wọn? Bí ẹ bá sì wo gbólóhùn kejì náà, kò dájú sàn-án bóyá **"a"** ni olùwà fún '*tètè kúrò níbẹ̀*' ni, àbí **"àwọn ọlọ́pàá"**.

Àwọn gbólóhùn méjéèjì yìí jẹ́ àpẹẹrẹ ikọkúkọ àìmọra àṣìlò *láti* tó lè jẹ́ àgbàwọlé àìfura èdà gbólóhùn Gẹ̀ẹ́sì bá wọnyí:

*We begged them **to be there in time**.*

We begged the police to leave that spot early.

Bí a bá mọ̀-ọ́nmọ̀ fi tìfura-tìfura kọ Yorùbá, a kúkú le yẹra pátápátá fún lílo *"láti"*:

Àpẹẹrẹ:

A bẹ̀ wọ́n pé kí wọ́n tètè débẹ̀.

A bẹ̀ wọ́n kí a ba lè tètè débẹ̀.

13

A bẹ àwọn ọlọ́pàá pé kí wọ́n tètè kúrò níbẹ̀.

A bẹ àwọn ọlọ́pàá kí á ba lè tètè kúrò níbẹ̀.

5.5. Bí a ṣe mẹ́nu bà á ní ìpín **5.4.**, "**àti**" kì í ṣe ọ̀rọ̀ gidi ní èdè Yorùbá. Àfòmọ́ ìbẹ̀rẹ̀ {**à**} ni a so pọ̀ mọ́ wúnrẹ̀n {**ti**}. Àsopọ̀ àwọn méjéèjì, {**à-ti**}, ni a máa ń lò mọ́ ọ̀rọ̀-iṣe, ti a fi ń ṣẹ̀dá ọ̀rọ̀-orúkọ ohun tí a ń nàgà wò ní ṣíṣe. Bí a bá sì so {**à-ti**} yìí náà mọ́ ọ̀rọ̀-orúkọ ìgbà tàbí ibìkan, àyọrísí rẹ̀ ni ìgbà tàbí ibìkan tí iṣe wa **tí** ṣẹ̀. Àwọn ọ̀rọ̀-orúkọ àṣẹ̀dá béẹ̀, bí **àtijẹ**, **àtimu**, **àtàná**, **àtilé**, kò wọ́n rárá nínú ìlò èdè Yorùbá.

Àpẹẹrẹ

Nínú **àtijẹ** àti **àtimu**, kí ìkànkan máà wọ́n wa! Àmín!

Àtàná ni a **tí** ń retí owó tiyín náà!

Níwọ̀n ìgbà tí {**à-ti**} jẹ́ wúnrẹ̀n ìṣẹ̀dá-ọ̀rọ̀ pọ́nbélé, yàtọ̀ sí "**àti**" tí a fi ń fi ọ̀rọ̀-orúkọ kan kún òmíràn, {**à-ti**} kò lè dá dúró fún ara rẹ̀ nínú gbólóhùn. Ìdí nìyí tí àwọn gbólóhùn agbàràwọ̀/agbàmì-ìràwọ̀ tí a fi ṣàpẹẹrẹ wọ̀nyí kò ṣe tọ̀nà, tí àwọn tinú àkámọ́ sì tọ̀nà.:

- "* Ààrẹ nìkan ló láṣẹ **àti** jókòó sórí rẹ̀." (Ààrẹ nìkan ló láṣẹ **àti**jókòó sórí rẹ̀.)

- "* Ẹni tó bá tiráká **àti** gba ìjọba...yóò kàn din nínú iyọ̀." (Ẹni tó bá tiráká **àti**gbàjọba...yóò kàndin nínú iyọ̀.)

5.6. Lílò àti Kíkọ 'láì'

Bí a ṣe kọ wúnrẹ̀n '**láì**' nínú àwọn gbólóhùn agbàràwọ̀ yìí kò tònà, nítorí pé òun náà kì í ṣe òrò gidi. Àwọn tinú àkámọ́ ló tònà.

"*... wọn ni o kuro niluu **lai** gbàṣe." (... wọ́n ní ó kúrò nílùú **láìgbàṣe**.)

"* ... to fẹẹ fi i ṣoogun owo **lai** ronu nipa awọn ọmọ wọn." (... tó fẹ́ẹ́ fi í ṣoògùn owó **láìronú** nípa àwọn ọmọ wọn.)

"*... o n ṣe kurukẹrẹ nile awọn Adefunkẹ **lai** jẹ kawọn ẹbi...mọ." (ó ń ṣe kùrùkẹrẹ nílé àwọn Adefunkẹ **láìjẹ́** káwọn ẹbí...mọ̀.)

Àpapò atókùn **ní** (atóka ohun, àyè, tàbí àṣìkò tí òrò kàn) àti {**à-ì**} ni "**láì**". Ká pe {**à-ì**} ní àfòmọ́-ìbẹ̀rẹ̀ kan tí a fi í sọ òrò-iṣe da òrò-orúkọ, pé ohun tí òrò-iṣe jẹ́ kò ṣeé ṣe. {**à-ì**} kì í ṣe òrò fúnra rẹ̀: nítorí náà, kó le dá dúró nínú gbólóhùn, àfi bí ara òrò-orúkọ tí a fi í ṣẹdá, bí àwọn yìí,: **àìjẹ**, **àìmu**, **àìsùn**.

6. Kíkọ Òrò-Orùkọ àti Arópò-Orúkọ

6.1. Létà ńlá ni a gbọ́dọ̀ kọ bẹ̀rẹ̀ orúkọ ènìyàn àti ti àwọn ibi pàtàkì bí ìlú, orílẹ̀, agbalẹ ("*continents*" ní Gẹ̀ẹ́sì), àwọn àbùdálẹ bí odò, àti òké ńlá:

Àpẹẹrẹ:
Abẹ̀òkúta
Adéoyè
Áfíríkà

15

Américà
Àtìlántíìkì
Babalolá
Majidun
Odò Oya
Olátúndé

6.2. E ko orúko eni, bí ó ti wò fún olórúko:

Àpeere:

Ko	Máà ko
Bamgbose	Bangbose
Mufun/Moufou	Múfú
Ajíbóyè/Ahjibaujé	--
Adébáyò/Adebayor	--

6.3. E máà dípèlé kónsónántì nínú orúko ìlú àti ibi pàtàkì ní Nàìjíríà; sùgbón, e ko wón bí àsà orílè mìíràn bá se pìn ín.

Àpeere:

Ko	Máà ko
Òtà	Ottà
Òsogbo	Oshogbo
Èbúté Méta	Èbútté Metta
Ede	Edde
Kétou (Bìnì)	
Kétu (Nàìjíríà)	
Tchabe (Bìnì)	
Ojà Àtómkpà (Bìnì)	

Atakpamé (Tógò)

6.4. Ẹ yẹra fún sípẹ́lì àtijọ́ tí a le fẹ́ẹ́ ti ìtorí ẹka-èdè wo ọwọ́ mọ́, bí àwọn ọ̀rọ̀ wọ̀nyí:

Kọ ọ́ bá yìí	Máà kọ ọ́ bá yìí mọ́
ahán	awọ́n
àyà	àiyà
ayé	aiyé
ẹyẹ	ẹiyẹ
èyin	ènyin
eyín	ehín
èyìn	ẹ̀hìn/èyìn
kí ni?	kín ni?
mi ò/ n ò	ng ò
mi óò/ mà á	ng óò
nítorí	látàrí
obìnrin	obìrin
ọkùnrin	ọkọ̀nrin/okùnrin
òun ni	n ni
oúnjẹ	onjẹ
wọn	nwọn
yín	nyín

6.5. Ọ̀rọ̀-Orúkọ Àṣẹ̀dá àti Àkànpọ̀ Aṣorúkọ

Bí ọ̀rọ̀-orúkọ àṣẹ̀dá bá gùn, ẹ fi asòrọ̀pọ̀ dá àwọn ọ̀rọ̀ ọmọ inú rẹ̀:

17

Àpẹẹrẹ:

abánidárò
aṣeni-báni-dárò
awòbàdàn-bí-ẹníí-wòyó

6.6. Ọ̀rọ̀ Ẹlẹ́dà Àpètúnpè àti Idiofóònù

Ẹ máà fi asòròpọ̀ dá wọn rárá.

Àpẹẹrẹ:

lílọ
dídín/díndín
jagunjagun
dáadáa
bàìbàì
játijàti
ọdọọdún
oṣooṣù
ọmọkọ́mọ

6.7. (a) Àwọn àkànpọ̀ aṣorúkọ tí òté fonọ́lọjì ti sọ da abàmì ọ̀rọ̀: e sì máa kọ wọ́n bí ọ̀rọ̀ kan; ìyẹn ni pé àwọn ọ̀rọ̀ tí yíyọ ìró àti ìyópọ̀ ìró ti sọ da abàmì ọ̀rọ̀:

Àpẹẹrẹ:

àgbáyé
ìyako
erinmi
ẹgbẹ̀rún

(b) Ẹ máa fi asòròpọ̀ dá àwọn àkànpọ̀ aṣorúkọ yòókù kí

18

wón lè yàtò sí àpólà orúkọ pọ́nńbélé:

Àpẹẹrẹ:

ọmọ-ọmọ
ọmọ-olómọ
etí-ìgbọ́
baba-ìsàlẹ̀
baba-ńgbẹ̀ẹ́jọ́

Arópò-Orúkọ

6.8. Bí arópò-orúkọ bá bẹ̀rẹ̀ gbólóhùn, lẹ́tà ńlá ló gbọ́dọ̀ bẹ̀rẹ̀ àwọn náà.

Arópò-Orúkọ-péú Aṣolùwà

	Ẹyọ	Òpò
1.	mo/mi	a
2.	o	ẹ
3.	(un)	wọn/wọ́n

6.9. Bá yìí ni kí ẹ máa kọ wọ́n níbẹ̀rẹ̀ gbólóhùn:

Kọ	Máà kọ
Mo lọ.	Mọ lọ.
O lọ.	O lọ.
Mi óò lọ.	Ng óò lọ.
Mi ò lọ.	Ng ò lọ.

6.10. Bí ẹ bá ń kọ Yorùbá àjùmọ̀lò, ẹ máà kọ nǹkankan fún **"ẹni kẹta aṣolùwà ẹyọ"**, nítori pé ní àyè tí ẹ̀ bá kọ ọ́ sí, kò sí wúnrẹ̀n kan pàtó tí a lè ká mọ́ ibẹ̀. Ohun tí àwọn gírámà Yorùbá kan kà kún arópò aṣolùwà ní àyè yẹn kò ju wúnrẹ̀n aṣaájú òrò-ìṣe tí í máa sáábà yọ tẹ̀lé òrò-orúkọ olùwà nínú

19

gbólóhùn ìjẹ́hẹn. (Ìpín **8.8**. jẹ́rìí sí èyí),

Àpẹẹrẹ:

Oyè é lọ. ⟵ Oyè **ó** lọ. (tí "Oyè" jẹ́ olùwà)

Kò sí olùwà kan dandan nínú gbólóhùn yìí:

Ó lọ.

Nítorí pé wúnrẹ̀n "Ó" bẹ̀rẹ̀ gbólóhùn kánńpé nìkan ni a fi fi lẹ́tà ńlá kọ ọ́.

6.11. Akáṣe, a ṣì le máa fi "**un**" tàbí àdàpè rẹ̀ mìíràn kọ arópò-orúkọ olùwà bí a bá fẹ́ẹ́ mọ̀-ọ́nmọ̀ fẹ̀ kìí ayé ó mọ̀ pé ẹka-èdè ni a ń kọ, tàbí nínú eré orí-ìtàgé; àti nínú àwọn ẹka-èdè bí Èkìtì, Ìyàgbà, àti Ìjùmú.[1]

---

[1] Ní ti àwọn ẹ̀dà arópò-orúkọ kúkúrú ẹni ìkẹta ẹyọ asolùwà tí a wí yìí, ẹ fi àwọn ìsọ wọnyí láti inú èdè Ẹṣé (ní Ìjọba Ìbílẹ̀ Àkókó NW ní Ìpínlẹ̀ Oǹdó) wé tí Yorùbá àjùmọ̀lò:

Èdè Ẹṣé	Yorùbá Àjùmọ̀lò
1. Ọ̀gá í kí *mi* á.	1. Ọ̀gá ní kí n wá.
2. Ọ̀gá í kọ́ *ọ* á.	2. Ọ̀gá ní kí o wá.
3. Ọ̀gá í kí *i* á.	3. Ọ̀gá ní kí ó wá.

Wúnrẹ̀n aṣáájú-iṣe, "**ó**", kò gbọ́dọ̀ bá "**mi**", arópò-orúkọ kúkúrú ẹni kìíní ẹyọ asolùwà rìn nínú irú ìsọ yìí níbikíbi ní ilẹ̀ Yorùbá. Ìdí nìyẹn tí a kò fi ń gbọ́ "*Ọ̀gá ní kí mo wá".

Wúnrẹ̀n aṣáájú-iṣe kan náà kò gbọ́dọ̀ bá arópò-orúkọ kúkúrú ẹni ìkẹta ẹyọ asolùwà rìn níbẹ̀ nínú èdè Ẹṣé, àti nínú èdè Ẹkìnrìn-Àdé (ní Ìpínlẹ̀ Kogí) bá kan náà. Ohun tí "Dépò kí **i** ghá" nínú èdè Ẹkìnrìn-Àdé àti "Ọ̀gá í kí **i** á" nínú èdè Ẹṣé fi hàn nìyẹn.

Torí pé wúnrẹ̀n aṣáájú-iṣe "**ó**" kì í bá arópò-orúkọ kúkúrú ẹni ìkẹta ẹyọ asolùwà rìn nínú àwọn ẹka-èdè méjì wọnyí ni a ṣe rí "**i**" ní àyè arópò-orúkọ kúkúrú ẹni ìkẹta ẹyọ asolùwà nínú àwọn ìsọ wọn méjì tí a tọ́ka sí wọnyí. Kò sí àlàyé kankan fún "**i**" nínú àwọn àpẹẹrẹ wọnyẹn ju pé ẹ̀dà arópò-orúkọ kúkúrú ẹni ìkẹta asolùwà "**un**" tí ó ti gba ìrànmọ́ láti ara fáwẹ̀lì "**i**" tí ó wà nínú "**kí**" ni.

Gbogbo àwọn arópò-orúkọ péú aṣàbọ ní èdè Yorùbá, àfi ti ẹni kejì ọ̀pọ̀, ni wọ́n ní ẹ̀dà tàbí àdàpè méjì: ọ̀kan, olóhùn/onídùn-ún àárín, ni a ń lò tẹlé ọ̀rọ̀-ìṣe olòhùn/onídùn-ún òkè; ọ̀kan tó kù, olóhùn òkè a sì tẹlé ọ̀rọ̀-ìṣe olòhùn àárín, tàbí olòhùn ìsàlẹ̀:

Arópò-Orúkọ-péú Aṣàbọ̀

Ẹyọ	Ọ̀pọ̀
1. mi/mí	wa/wá
2. ẹ/ẹ́; ọ/ọ́,	yín
3. un/ún	wọn/wọ́n

6.12. Tó bá yẹ ní ti ẹni kẹta ẹyọ, bá yìí ni kí ẹ máa kọ àwọn arópò-orúkọ péú aṣàbọ̀:

> Òjó kò **kí** mi/ẹ/ọ/wa/wọn/yín

> Òjó kò **bi** mí/ẹ́/ọ́/wá/wọ́n/yín

> Òjó kò **pè** mí/ẹ́/ọ́/wá/wọ́n/yín.

6.13. Ní ti arópò-orúkọ péú ẹni kẹta aṣàbọ̀, ìrísí rẹ̀, **un**, kì í sábà á yí padà léyìn ọ̀rọ̀-ìṣe nínú àwọn ẹ̀ka Yorùbá bí ti Oǹdó, Ifọ́n, àti Ìpelè ní Ìpínlẹ̀ Oǹdó, Nàìjíríà. Ṣùgbọ́n nínú èdè àjùmọ̀lò, ìrísí rẹ̀ yẹn a máa yí padà, a sì máa hàn bí àrànmọ́ fáwẹ̀lì tí ó parí ọ̀rọ̀-ìṣe tó bá jẹ́ àbọ̀ fún. Nítorí ìdí èyí, ẹ máa kọ ọ́, tòun-ti-ohùn tó bá yẹ kó ní, bá yìí:

Àpẹẹrẹ:

	Kọ	Máà kọ
(Òjó kò kí Àjàlá)	Òjó kò kí **i**.	Òjó kò kí **un**.

21

(Òjó kò ro oko)   Òjó kò ro **ó**.   Òjó kò ro **ún**.

(Òjó kò pè Àìná)   Òjó kò pè **é**.   Òjó kò pè **ún**.

6.14. Bí fáwẹ̀lì àránmúpè ló bá parí ọ̀rọ̀-ìṣe, a jẹ́ pé irú àránmúpé bẹ́ẹ̀ náà ni arópò-orúkọ péú aṣàbọ̀ náà.

Àpẹẹrẹ:

	Kọ	**Máà kọ**
(Mo fún Àjàlá)	Mo fún **un**	Mo fún **u**
(Mo mọ̀ Èkó)	Mo mọ̀ **ọ́n**	Mo mọ̀ **ọ́**
(Mo na túlẹ̀ yẹn)	Mo nà **án**	Mo nà **á**
(Mo ran òwú)	Mo ran **án**	Mo ran **á**

7. Ọ̀rọ̀-Orúkọ àti Ọ̀rọ̀-Orúkọ Aṣèyán (Orúkọṣèyán)[2]

Bí a bá ń sọ̀rọ̀, gbogbo orúkọ-sèyán ni wọ́n máa ń ní fáwẹ̀lì ní ìbẹ̀rẹ̀, bí àfàgùn fáwẹ̀lì tó parí ọ̀rọ̀-orúkọ kìíní ní ohùn àárín; bárakú ni èyí ní Yorùbá síso.

7.1. Bí ọ̀rọ̀ bá wá da ti Yorùbá kíkọ, kí á yẹra fún kíkọ àfàgùn fáwẹ̀lì ṣaájú orúkọ-sèyán kankan, tí ó fi kan àwọn

---

[2] Ẹ wo Ọlásopé O. Oyèláràn, "Ọ̀nà kan Kò Wọjà: Mofọ́lójì Yorùbá", *Yoruba (Journal of the Yoruba Studies Association of Nigeria (New Series.)* 1:25-44.): 34-39, ibi tí ó kọ́ lo 'ẹ̀yánrúkọ' láti pe ohun tí Gẹ̀ẹ́sì ń pè ní "nominal qualifiers". Bóyá kí á kúkú máa pe ọ̀rọ̀-orúkọ tí a ò tún dá, tí a si ń lò láti fi yán ọ̀rọ̀-orúkọ mìíràn ní "orúkọ-sèyán". Èyí yóò yà wọ́n sọ́tọ̀ sí ẹ̀yánrọ̀ tí a sẹ̀dá láti ara ọ̀rọ̀-orúkọ, kí á tó fi í yán ọ̀rọ̀-orúkọ, tí Oyèláràn sọ ní "ẹ̀yánrúkọ". Kì í sí àfàgùn fáwẹ̀lì láàrín ọ̀rọ̀-orúkọ àti "ẹ̀yánrúkọ"

tí kò ní àfòmọ́ ìbẹ̀rẹ̀ tẹ́lẹ̀. Nítorí ìdí èyí,

Kọ	Máà kọ
ìwé Òjó	ìwée Òjó
ìlú Ọ̀yọ́	ìlúu Ọ̀yọ́
ìwé Dàda	ìwée Dàda
ìlú Kánò	ìlúu Kánò
ìwé mi	ìwéè mi
ìwé rẹ	ìwéè rẹ
ìwé rẹ̀	ìwée rẹ̀
ìwé wa	ìwée wa
ìwé yín	ìwée yín
ìwé wọn	ìwée wọn

Kíkọ Ọ̀rọ̀-Orúkọ "ti"

Ọ̀rọ̀-orúkọ "ti" máa ń sáábà sọ fáwẹ̀lì tirẹ̀ nù nígbà tí orúkọ-sẹ̀yán tó fi fáwẹ̀lì bẹ̀rẹ̀ bá tẹ̀lé e.

7.2. Ó dà bí ẹni pé ẹwù ni kí "ti" sọ fáwẹ̀lì tirẹ̀ nù nígbà tí orúkọ-sẹ̀yàn tó fi fáwẹ̀lì bẹ̀rẹ̀ bá tẹ̀lé e. Nítorí náà, bí ó bá rí bẹ́ẹ̀, ẹ le máa kọ.

"ti Òjó"

Àpẹẹrẹ:

Òjòwú bìnrin tí í máa wo ọkọ lójú

Ọmọ obìnrin ni **ọmọ bìrin** inú ilé kan bi fún ara ita, b. a., ilé ọkọ rẹ̀ "Èyánrúkọ" ni **bìnrin**; 'Orúkọ-sẹ̀yán' ni **obìnrin**.

23

Kí a fi "t**Ò**j**ó**" sílẹ̀ fún ẹwù ọ̀rọ̀-ẹnu.

7.3. Ṣùgbọ́n ní gbogbo ìgbá tí àwọn orúkọ-sẹ̀yàn yòókù bá tẹ̀lé "**ti**", kí a máa fo fáwẹ̀lì rẹ̀, bá yìí:

ti Dàda	(←t' iDàda ← ti iDàda)
tèmi	(← ti èmi)
tìrẹ	(← ti ìrẹ)
tirẹ̀	(← ti irẹ̀)
tiwa	(← ti iwa)
tiyín	(← ti iyín)
tiwọn	(← ti iwọn)

7.4. Àwọn aròbó máa ń ṣáábà ṣe àpètùnpè "**ti**" bí wọ́n bá ń sọ̀rọ̀. Wọn a ní

Ti tèmi ni.

Kí a kúkú fi ìsọ̀rọ̀ bẹ́ẹ̀ sìlẹ̀ fún àwọn aròbó, nítori pé àpètúnpè asán ni iru gbólóhùn bá yìí:

"* Iyẹn ni pe ọmọ ile igbimọ asòfin **ti tawọ**n AG pọ ju tawọn NCNC lọ..."

nígbá tó jẹ́ pé ohun tí a fẹ́ẹ́ sọ ni

Ìyẹn ni pé àwọn ọmọ ilé ìgbìmọ̀ asòfin **ti àwọn** AG pọ̀ ju ti àwọn NCNC lọ.

7.5. Kíkọ "nítorí"

Ẹnu kò kò láàárín àwọn òǹkọ̀wé lórí kíkọ "**pé**" ní ìbẹ̀rẹ̀ gbólóhùn tí ó máa ń tẹ̀lé "**nítorí**". Bẹ́ẹ̀ sì ni, ní ọ̀pọ̀ ìgbà,

24

òǹkòwé kan náà le máà kọ ọ́ ba kan náà làti ojú-ìwé kan dé èkejì nínú ìwé kan náà. Bí a ṣe rí àwọn òǹkòwé tí wọn kì í kọ '**pé**' rárá tèlé '**nítori**', bẹ́ẹ̀ ni a ń rí àwọn tí wọ́n ń kọ ọ́ níbi kan, tí wọn ò sì yà sí i níbòmíran. A sì tún rí àwọn òǹkòwé tí wọn ò fi ìgbà kan sàìkọ ọ́. Àwọn àpẹẹrẹ wọ̀nyí jẹ́rìí sí àkíyèsí yìí lórí ìyàtò tó wà nílẹ̀ lórí kíkọ "**pé**" tèlé "**nítori**".

Èyí Kò Tọ́

"nitori a-jẹbi-ma-mọ maa n ko ogun ja ilu rẹ ni."

"nitori emi ni mo jẹ ki o di aarẹ."

"emi na si duro ni temi nitori ẹru nba mi"

"nítorí golù tí òun fi ta ìyá-ìkókó lọrẹ wà nínú rẹ̀ o"

Bí Ó Ti Tọ́

nítorí **pé** a-jẹbi-má-mò máa ń kó ogun ja ìlú rẹ̀ ni

nítorí **pé** èmi ni mo jẹ́ kí o di ààrẹ.

Èmi náà sì dúró ní tèmi nítorí **pé** ẹ̀rù ń bà mí.

nítorí **pé** góòlù tí òun fi ta ìyá-ìkókó lọrẹ wà nínú rẹ̀ o

Kí á kọ Yorùbá ní àkọyé, kí á sì sọ ọ́ kó dán mọ́rán kì í ṣe ohun tí ó yẹ ká fi ọwọ́ yẹpẹrẹ mú. Nítorí náà, kò yẹ kó sí àní-àní lórí kí á máa kọ "**pé**" tèlé **nítorí**. Ó sì tún kù tó jẹ́ kí èyí ṣe pàtàkì: àti ọ̀rọ̀-orúkọ pọ́ńńbélé àti gbólóhùn, àwọn méjèèjì ni wọ́n le tèlé "**nítorí**". Bí a ò bá máa kọ "**pé**" ní gbogbo ibi tó tọ́, Yorùbá kíkọ kò níí sàìfa èdè-àìyedè; bí kí a kọ "**nítorí olówó**" (ká fi nǹkan perí ẹni tó lówó) àti "**nítorí o lówó**" (owó ẹni tí a ń bá sòrò ló fa sábàbí). Bí a bá sọ mèjèèjì lẹ́nu, kò sí ìyàtò, láìkọ "**pé**" nínú èkejì.

25

Irú èdè-àìyedè bá yìí ni kò níí jẹ́ kí a mọ èwo nínú ìtumọ̀ mẹ́ta ti gbólóhùn àpẹẹrẹ yìí ni ẹni tó ń bá ń sọ ọ́ ní lọ́kàn, bí a ò bá kọ Yorùbá ní àkọyán,

Ó ṣe bẹ́ẹ̀ nítorí o lè lọ.

Kíkọ àwọn atọ́ka-gbólóhùn "**kí**" àti "**pé**" níbi tó tọ́ ni yóò jẹ́ kí méjì nínú àwọn itumọ̀ mẹ́ta yìí yéni yékékéké, kì báà ṣe bí a bá ń sọ̀rọ̀, tàbí bí a bá ń kọ̀wé:

Ó ṣe bẹ́ẹ̀ (nítorí) **kí** o lè lọ.
Ó ṣe bẹ́ẹ̀ nítorí **pé** o lè lọ.

Àwọn àpẹẹrẹ yìí jẹ́ kó dánilójú pé, nítorí àkọyé àjọgbà, gbogbo gbólóhùn afarahẹ tí wọ́n bá tẹ̀lé "**nítorí**" ni ó yẹ kí wọ́n fi atọ́ka tó tọ́ bẹ̀rẹ̀, bí "**kí**", "**pé**", àti "**tí**".[3] Bí a bá ń ṣe bẹ́ẹ̀, ẹni tí ó bá ń kàwé yóò mọ iṣẹ́ àwọn àfibọ̀ bẹ́ẹ̀ dájú nínú gbólóhùn tí a bá fi wọ́n bọ̀.

Ọ̀rọ̀ sì kù nípa "**nítorí**". Bí àwọn ènìyàn ti wà tí wọ́n ń sọ "**nítorí bẹ́ẹ̀**", bẹ́ẹ̀ ni a sì ń rí àwọn tí wọ́n ń kọ ọ́, bá yìí:

---

[3] Ẹ wo ìwé Awobuluyi O. *Ẹ̀kọ́ Giràmà Èdè Yorùbá.* Ọ̀ṣogbo: Atman Limited, ojú-ìwé 65-68. Ibẹ̀ ni Awobuluyi ti ṣe àtúpalẹ̀ tó kún lórí ìlò àwọn atọ́ka mẹ́tẹ̀ẹ̀ta, onídùn-ún "**kí**", "**pé**", àti "**tí**", nínú èdà gbólóhùn tí a le kà sí kárí-ayé. Ara ohun tí àtúpalẹ̀ Awobuluyi (312) jẹ́ ká fura sí nìwọ̀nyí:

Gbólóhùn tí í máa ya síni lẹ́nu	Àbá ìpìlẹ̀ rẹ̀
nítorí **tí** ebi **ń** pa **ẹ́**	nítorí **pípa** tí ebi **ń** pa **ẹ́**
Mo gbọ́ **tí** wọ́n **ń** kọrin	Mo gbọ́ **kíkọ** ti wọ́n **ń** kọrin

26

Gbólóhùn ṣákálá	Bí ó ṣe tọ́ kó jẹ́
"*Nitori bẹẹ ni wọn ṣe n sa lọ."	Nítorí náà ni wọ́n ṣe n sá lọ.
"* Nitori bẹẹ ni wọn ṣe ni ki wọn ma ti i mọle o."	Nítorí náà ni wọ́n ṣe ní kí wọ́n máà tì í mọ́lé o.
"*Nitori bẹẹ, ilu Ọyọ ko fararọ."	Nítorí náà, ìlú Ọ̀yọ́ kò fara rọ.

Bí a bá wáá dà-á-sílẹ̀-ká-tún-ṣà, "**nítorí bẹ́ẹ̀**" kò ju ìsọ̀rọ̀ ẹka èdè lọ. Ìsọ̀rọ̀ tí ènìyàn máa n sáábà gbọ́ ni **nítorí náà**; òun náà sì ni *Ìléwọ́ Kíkọ Yorùbá* yìí fọwọ́ sí fún lílò.

8. Kíkọ Ọ̀rọ̀-Ìṣe àti Atọ́kùn

8.1. Wọ́n ní "bí a bá rejú-sílẹ̀, a óò rímú"; gbogbo ọ̀rọ̀-ìṣe Yorùbá ló ní òté tó de ìmúlò wọn bí a bá n sọ̀rọ̀. Bí àpẹẹrẹ, a le sọ pé ohun abẹ̀mí, tó lahùn, nìkan ni ó le ṣe olùwà fún ọ̀rọ̀-ìṣe '**kà**' ['sọ̀rọ̀ to ñ̀nkan'] nínú gbólóhùn. Ó sì tún kù: ọ̀rọ̀-ìṣe agbàbọ̀ ni "**kà**", ìyẹn ni pé ọ̀rọ̀-orúkọ le jẹ́ àbọ̀ tẹ̀lé e, nínú gbólóhùn; bí ó bá rí bẹ́ẹ̀, ó má n túmọ̀ sí "kí á sọ̀rọ̀ to ñ̀nkan," tàbí "kí á fi ojú dá ọ̀rọ̀ àkọsílẹ̀ mọ̀", i.n.p., kí a "**kà**wé".

Àpẹẹrẹ yìí kò mú ọ̀kankan nínú àwọn òté àti àlàyé méjèèjì yìí lò:

"* Ìwé náa kà bá yìí."

Ní ọ̀nà kìíní, "**ìwé**" tí à bá pè ní olùwà "**kà**" kì í ṣe ohun abẹ̀mí; ní ọ̀nà kejì, ọ̀rọ̀-orúkọ aṣàbọ̀ tó ṣeé sọ̀rọ̀ tò, tàbí tó

27

ṣeé fojù-dá-mọ̀ kò tẹ̀ lé e. Ohun tí kò jẹ́ kí gbólóhùn àpẹẹrẹ yìí bá a mu ní èdè Yorùbá ni pé àwọn Yorùbá tí wọ́n gbọ́ Gẹ̀ẹ́sì ṣe àwòṣọ àti àgbọ́sọ ọ̀rọ̀ kọ̀ọ̀kan inú gbólóhùn Gẹ̀ẹ́sì '*The letter reads as follows*' ni. Bí a óò bàá sọ ọ́ ní Yorùbá tó péye, a óò pé:

Ìwé náà wí bá yìí.

Gbólóhùn yìí sì tún jẹ́rìí sí i: àkọ́kọ́ tọ̀nà; èkejí kò bọ́ sí i.

Gbólóhùn àkọ́kọ́	Gbólóhùn èkejí
Ẹṣẹ Bíbélì náà wí bá yìí.	"**Ẹṣẹ Bíbélì náà kà bá yìí.*[4]"

Àpẹẹrẹ ọ̀rọ̀-ìṣe agbàbọ̀ sì tún kù ní èdè Yorùbá. Ọ̀kan ni **gbé** ["fi ọwọ́ ká (n̄nkan) sókè ta rù"], tí kò dájú pé a le fi ìgbà kan lò ó láìgbàbọ̀. Ẹ wo àwọn àpẹẹrẹ yìí, tí àwọn afiràwọ̀ (*) nínú wọn mẹ́hẹ:

"* Tí a bá fẹ́ẹ̀ pe ìró náà, ìdí ahán yóò gbé sókè díẹ̀."

---

[4] It seems to me that the Transborder Commission is mistaken in considering "kà" in the following illustration to be intransitive:

The verb, **kà**, can also be intransitive, i.e. it can be used with no object noun following it. When used in this second way, it means "prattle; confess or recount one's supernatural misdeeds", as in

Obìnrin náà/àjẹ́ náà kà bá yìí. '*The woman/witch confessed as follows.*'

Ẹ jẹ́ kí ó máa kà níbẹ̀ bí ẹyẹ ìbákà. '*Let him/her go on prattling there like a canary.*'

I take the position that this usage presumes a contextually understood complement, namely, the deeds or acts already committed by the

28

Tí a bá fẹ́ẹ́ pe ìró náà, ìdí ahán yóò gbéra sókè díẹ̀.

"* Ojú mi gbé sókè sí Olúwa láé,..."
Olúwa ni mo ń gbójú lé nígbà gbogbo.

Àpẹẹrẹ kìíní jọ àwòtúmọ̀ ọ̀rọ̀ kọ̀ọ̀kan inú gbólóhùn Gẹ̀ẹ́sì: "*If we wish to pronounce this sound, the root of the tongue will rise slightly.*" Àpẹẹrẹ kejì kò tilẹ̀ wáá ní ìtúmọ̀ kan dan-indan-in fún ẹni tí ó ń sọ Yorùbá lédè àbígbọ́, àfi tí ẹni bẹ́ẹ̀ bá gbọ́ Gẹ̀ẹ́sì ní àgbọ́ọ̀wẹ̀yìn, àgbọ́ọ̀nífura, tí ó sì le ka gbólóhùn bá wọnyí bí atọ́nà fún gbogbo èdè: *Mine eyes are ever toward the LORD;* (Psalm 25: 15, King James Version) tàbí '*My eyes are ever on the Lord;...* (NIV Bible).

Àkíyèsí pàtàkì tí àlàyé ìmùlò "**kà**" àti "**gbé**" fi kalẹ̀ fún gbogbo ẹni tí ó bá ń ṣe aáyan ògbifọ̀, láti èdè àjòjì yòówù kó jẹ, sí èdè Yorùbá ni kí wọ́n ní ìfura pé ọ̀rọ̀-ìṣe tí ó dà bí ẹni pé a le fi wọ́n túmọ̀ ara wọn, tí wọ́n jẹ́ agbàbọ̀ ní èdè àjòjì, le máà jẹ́ agbàbọ̀ ní Yorùbá; èyí tó sì jẹ́ aláìgbàbọ̀ ní

---

recounter, usually under some emotional pressure. Notice that in Yorùbá, the English usage "prattle" could admit as near equivalent the periphrastic usage, "tò bí awéwa", which connotes a purposeless, uncontrollable verbal spill. Both "confess" and "recount" may not be said to lack purpose. In the same way, "kà", as in "kakọ" [<kà okọ], referring to the compulsive recounting by an adulterous person, is figuratively used for the confession of or by presumed witches. It is the compulsive connotation of this usage that transfers to the canary, biologically wired to do nothing else but peotically "**kà** níbẹ̀ bí ẹyẹ ibá**kà**."

29

èdè bẹ́ẹ̀ le jẹ́ agbàbọ̀ ní Yorùbá; àti pé aáyan ògbifọ̀ kojá ìwo-ọ̀rọ̀-kọ, tàbí ìgbọ́-ọ̀rọ̀-gbà-sọ.

8.2. Ẹ yẹra fún kí àpólà tàbí ọ̀rọ̀ tí kì í ṣe ara ọ̀rọ̀-ìṣe la ọ̀rọ̀-ìṣe àti àbọ̀ rẹ̀ láàárín. Bí àpẹẹrẹ, Yorùbá kò gba gbólóhùn afìràwọ̀ wọ̀nyí tí irú àwọn ọ̀rọ̀ gbòǹgbò ti la ọ̀rọ̀-ìṣe àti àbọ̀ rẹ̀ láàárín:

   *Mo rà **lọ́jà** ẹja lánàá.

   Mo ra ẹja **lọ́jà** lánàá.

Ẹ yẹra pátápátá fún kíkọ irú gbólóhùn bá yìí náà:

   "*Sọ ní **ṣókí** ohun tí o gbọ́."

Irú ìlò-èdè bá yìí tí kò bá Yorùbá àpilẹ̀ṣọ àti èdè tó péye mu kún inú ìwé ìṣebéèrè ìdánwò lọ́tùn-ún-lósì bí a ti ń sọ̀rọ̀ yìí. Bá yìí ni à á wí i, tí ó sì tọ́ ká kọ ọ́:

   Sọ *ohun tí o gbọ́* **ní ṣókí**; tàbí **Ní ṣókí,** sọ *ohun tí o gbọ́.*

V ò rí í pé n̄nkan kan kò la ọ̀rọ̀-ìṣe àti àbọ̀ rẹ̀ láàárín nínú àwọn gbólóhùn yẹn?

A tún máa ń ko irú àwọn ìlò "kò-tọ́" kan nínú Ìwé Àdúrà Ìjọ Sémẹẹ̀sì (*CMS Book of Prayers*):

If this surmise is plausible, I would like to submit that the illustration by the Transborder Commission might be misleading. In fact, the point about "*kà*" is validly made without the illustration. That is why I thought I should not perpetuate the slight error by merely translating the illustrative expression, which would make readers consider it as valid.

"*Ọlọ́run Olódùmarè, a ránti **_níwájú Rẹ_** àwọn ẹni tí a fi idà ìjọba ìlú lé lọ́wọ́."

Èyí tó yẹ ká kọ ni

Ọlọ́run Olódùmarè, **níwájú Rẹ bá yìí**, à ń rántí àwọn ẹni tí a fi ìdá ìjọba ìlú lé lọ́wọ́.

8.3. Bí ọ̀rọ̀-orúkọ aṣàbọ̀ bá tẹ̀lé ọ̀rọ̀-ìṣe tàbí ọ̀rọ̀-atọ́kùn, ẹwù ni kí á kọ wọ́n pọ̀ tàbí kí á kọ wọ́n lọ́tọ̀ọ̀tọ̀. Bí ó bá wù yín láti kọ wọ́n pọ̀, ẹ máà wulẹ̀ fi kọmá-olókè/kọmá-àgbérù sàmì àyè fáwẹ̀lì tí a yọ kúrò:

Ẹ kọ   **Ẹ yẹra fún**

Mo ra ẹja./Mo rẹja.   _Mo r'ẹja._

Mo lọ sí oko./Mo lọ sóko.   _Mo lọ s'óko._

8.4. Ẹ yẹra fún kíkọ ọ̀rọ̀-ìṣe tàbí ọ̀rọ̀-atọ́kùn pọ̀ mọ́ arópò-orúkọ aṣàbọ̀. Ní gbogbo ìgbá, bá yìí ni kí ẹ máa kọ wọ́n:

Ẹ kọ   **Ẹ yẹra fún**

Òjó kò kí mi.   _Òjó kò kími._

Òjó jù ú sí mi.   _Òjó jù ú sími._

Òjó ṣe é.   _Òjó ṣeé._

8.5. Ọ̀tọ̀ọ̀tọ̀ gedegbe, bí odidi ọ̀rọ̀ fúnra wọn, ni kí ẹ máa kọ àwọn wúnrẹ̀n àṣaájú ọ̀rọ̀-ìṣe.

Àpẹẹrẹ:

Ayọ̀ **yóò lè tètè** débẹ̀.

Ayọ̀ **ì bá sì tètè** débẹ̀ o!

31

Ayò **ì báà máà sì tètè** débè, wàhálà rè nìyen.

8.6. Ní gbogbo ìgbà "**ń**" ni kí ẹ máa fi kọ ibá-ìṣèlè abárakú, tàbí ibá-ìṣèlè atérẹrẹ:

Àpẹẹrẹ:
Òjó ti **ń** lọ.
Ayò ti **ń** bọ̀.
Àwọn ọmọdé **ń** pariwo.
Ejò máa **ń** gungi.

8.7. Kíkọ "*níṣe" níbi tí ó yẹ kí a kọ "ń ṣe"

Èdè Yorùbá kò ní gbólóhùn bí àwọn afìràwọ̀ wọ̀nyí, tí wọ́n lo "***níṣe***", tí kò tó, dípò "**ń ṣe**", tó tọ̀nà:

Afìràwọ̀ *Níṣe ni	Ẹ̀dà Gbólóhùn "ń ṣe" tó tọ́
"*Niṣe ni atẹjiṣẹ ori foonu gba igboro kan."	Ń ṣe ni àtèjíṣẹ́ orí fóònù gba ìgboro kan.
"*... niṣe lo fipa ba a lo pọ."	Ń ṣe ló fipá bá a lò pọ̀.

Kí ẹ le mọ ìdí ti àwọn afìràwọ̀ wọ̀nyí kò fi tọ́, ẹ fi "**kò/kì**" yí wọn sódì; kí ẹ sọ wọ́n di gbólóhùn èkọ̀. Ẹ óò rí i pé àwọn gbólóhùn àyísódì yẹn kò níí ṣeé sọ:

Àyísódí àwọn afìràwọ̀:
*Kì **níṣe** ni àtèjíṣẹ́ orí fóònù gba ìgboro kan.
*Kì **níṣe** ló fipá bá a lò pọ̀.

Wọn ò ṣeé sọ!

32

8.8. Wúnrẹ̀n Aṣaájú Ọ̀rọ̀-Ìṣe "ó"

Gbogbo gbólóhùn ìjẹ́hẹn ni ó máa ń ní wúnrẹ̀n aṣaájú ọ̀rọ̀-ìṣe "ó". Bí a bá ń sọ̀rọ̀, àdàpè fáwẹ̀lì tó bá parí ọ̀rọ̀-orúkọ olùwà a máa yọ tẹ̀lé olùwà, ó sì máa ń sáábà hàn gedegbe, pàápàá bí fáwẹ̀lì olóhùn ìsàlẹ̀ tàbí olóhùn àárín bá parí olùwà.

Àpẹẹrẹ:

Ayọ̀ ọ́ lọ.

Dàda á wá.

Síbẹ̀, ẹ máà kọ àrànmọ́ àdàpè yìí nígbà kankan. Ẹ máà jẹ́ kó hàn nínú ìkọ̀wé yìn.[5] Lẹ́nu kan, bá yìí ni kí á máa kọ gbólóhùn ìjẹ́hẹn irú àwọn tí a sẹ̀sẹ̀ fi ṣàpẹẹrẹ tán yìí:

Ẹ kọ ọ́ bá yìí	**Ẹ máà kọ ọ́ bá yìí**
Ayọ̀ lọ.	Ayọ̀ ọ́ lọ.
Dàda wá.	Dàda á wá.

Ṣùgbọ́n bí ọ̀rọ̀ bá da ti **àkìyèsí alátẹnumọ́**, kí á máa kọ ọ́ bá yìí, kí wúnrẹ̀n aṣaájú ọ̀rọ̀-ìṣe, "ó", dá fó, bí ẹ̀dá ìhun-ìpìlẹ̀ rẹ̀:

Ayọ̀ ni **ó** lọ.

Dàda ni **ó** wá.

---

5   Òtítọ́ ni pé àìmáakọ aṣaájú ọ̀rọ̀-ìṣe le sọ Yorùbá kíkọsílẹ̀ da onípọ̀nna, tí ó le fa àní-àní fún òǹkàwé: pé àṣe ni a fi gbólóhùn "Ayọ̀ lọ" pa ni, tàbí àlàyé lásán ni? Ṣùgbọ́n *Ìléwọ́ Ìkọ̀wé* yìí fi àmì ìyanu ya àkọsílẹ̀ gbólóhùn àṣe sọ́tọ̀, bí ẹ óò ṣe rí i níbi tí ọ̀rọ̀ ti kan gbólóhùn àṣe lára kíkọ ìsẹ́mìí-sọ̀rọ̀.

33

8.9. Kíkọ Ọ̀rọ̀-Ìyísódì ní Àkọpèlé: "*kò kì"/"kò...kọ́"

Ẹ yẹra fún kíkọ àwọn ọ̀rọ̀-ìyísódì "kò" àti "kì" tẹ̀lé ara wọn nínú gbólóhùn abọ́dé. Ẹ sì máa kọ ọ̀kankan nínú wọn pọ̀ mọ́ "kọ́ ni". Atótónu tí kò móyán-lórí lásán ni àṣà ìkọpọ̀ bẹ́ẹ̀. Lẹ́nu kan, ẹ **máa** dá irú àwọn gbólóhùn afìráwọ̀ wọ̀nyí lásà:

Ẹ yẹra fún	Ẹ kọ ọ́ bá yìí
"* Ọmọ náà kò kì ń jẹ ìrẹsì."	Ọmọ náà kì í/ń jẹ ìrẹsì./ Ọmọ náà kò ń jẹ ìrẹsì.
"*Kò kí ń wábí mọ́."	Kì í/ń wábí mọ́.
"*Áńbílóòkù yẹn, kì í ṣe òun kọ́ la fẹ́ẹ́ gbà bá yìí."	Áńbílóòkù yẹn, kì í ṣe òun la fẹ́ẹ́ gbà bá yìí./ òun kọ́ la fẹ́ẹ́ gbà bá yìí.
"*Kì í ṣe ìyẹn kọ́."	Kì í sèyẹn ni./Ìyẹn kọ́ (ni).
"*Akinrinade ni ọrọ naa ki i ṣe boya awọn gba Owerri tabi wọn ko gba a kọ ni..."	Akinrinade ní ọ̀rọ̀ náà kì í ṣe bóyá àwọn gba Owerri tàbí àwọn kò gbà á...

34

8.10. Yíyán Ohùn/Ìdúnhùn-Òkè láti fi àníyàn ẹni tí ó ń sọrọ̀ hàn[6]

Bí a bá ń sọ Yorùbá, sílébù olóhùn/onídùn-ún-òkè a máa yọ tẹ̀lé ọ̀rọ̀-ìṣe tàbí àpólà-ìṣe àníyàn tí ó ṣaájú rẹ̀, bí ẹni pé ara àpólà-ìṣe yìí ni; bẹ́ẹ̀ sì ni àtúpalẹ̀ dániláre pé ara àpólà-ìṣe tí ó tẹ̀lé sílébù olóhùn/onídùn-ún-òkè yẹn ni. Sìbẹ̀, nítorí pé ó ti mọ́ra kí á máa kọ sílébù olóhùn/onídùn-ún-òkè yìí

---

[6] This translator makes a distinction between "final construction" and the "prolative construction". In most Indo-European languages, the latter is expressed with the infinitive following verbs of volition or of pyschological disposition towards effecting motion, while the former is expressed by means of the "so-called" subjunctive construction, i.e. the final construction. The subjunctive is suited for expressing purpose and/or reason. The prolative is just that, for expressing the target of volition, aspiration, and/or desire. Notice that this construction is often used to express what grammarians call "future" even in languages in which verbs do not change form to express that syntactic category. The point of this quasi disquisition is that the Yorùbá "high tone syllable" in question here expresses "àníyàn" – volition– and not "èrèdí" – motivation/justifying argument – which *Yorùbá Metalanguage* Vol. 1 (37) would have us adopt to tanslate "purpose" for the 'construction in this section.

If this explanation is valid, we suggest that we retain "àníyàn" as the essence of the "high tone syllable", the subject of section 8.10. of this manual.

I have decided to put the argument in this footnote in English, because the account itself has little or no prima facie interest for the monolingual Yorùbá user of the manual. If a majority of users believe that it does, I would be delighted to express the same opinion in Yorùbá, in order to make it available for monoligual users generally.

pò mọ́ àpólà-ìṣe àkọ́kọ́, kí á kúkú máa kọ wọ́n mọ́ra wọn, bí ti àwọn gbólóhùn àpẹẹrẹ wọ̀nyí:

Ẹ kọ ọ́ bá yìí	Ẹ máà kọ ọ́ bá yìí
Kò fẹ́ẹ́ lọ.	*Kò fẹ̀' lọ./Kò fẹ̀' ẹ́' lọ/ẹ́' lọ*
Kò fẹ̀sẹ́ẹ́ ṣe.	*Kò fẹ̀'ṣẹ' ṣe/Kò fẹ̀'ṣẹ́'ẹ́' ṣe/ ẹ́'ṣe*
Kò mọkòọ́ wà.	*Kò mọkò ọ́' wà/ọ́' wà*
Iṣẹ́ náà sòroọ́ ṣe fún mi.	*Iṣẹ́' náà sòro ó ṣe/óṣe fún mi.*

8.11. Kíkọ "*bẹ̀rẹ̀ sí níí" Dípò "bẹ̀rẹ̀ síí"

Bẹ̀rẹ̀ jẹ́ òkan nínú ọ̀wọ́ àpólà-ìṣe tí a máa ń ṣì lò nínú irú àwọn gbólóhùn tí a fi ṣàpẹẹrẹ lókè (#8.10) yìí, pàápàá bí a bá lo atọ́ka 'sí' tẹ̀lé "**bẹ̀rẹ̀**" láti fi í dàníyàn. Ẹ wo àwọn àpẹẹrẹ wọ̀nyí:

Ẹ máà kọ ọ́ bá yìí	Ẹ kọ ọ́ bá yìí
"*Òjò dédé bẹ̀rẹ̀ sí **níí** rò."	Òjò dédé bẹ̀rẹ̀ **síí** rò.
"*Ọmọ náà bẹ̀rẹ̀ sí **níí** ké."	Ọmọ náà bẹ̀rẹ̀ **síí** ké.

Ìtúpalẹ̀ jẹ́ kí á gbà pé kò sí ìlànà gírámà kankan tí ó lanilọ́yẹ̀ ibi tí wúnrẹ̀n "**ní**" nínú àwọn gbólóhùn àpẹẹrẹ afiràwọ̀ òkè yìí ti wọ èdè Yorùbá.[7]

---

[7] Ohun tó dánilójú ni pé atọ́ka "sí", ní ara "bẹ̀rẹ̀ sí", yàtọ̀ sí ọ̀rọ̀-ìṣe "sí" tí í máa ń fa "ní" atọ́ka nítẹ̀ẹ̀tẹ́ láti fi ibi tí nǹkan wà hàn. Àpẹẹrẹ

Owó kankan kò **sí ní** owọ́ mi.

Àwọn gbólóhùn àpẹẹrẹ mìíràn fihàn pé ọpọ̀ ènìyàn ni wọ́n sì tún ń ṣi "**bẹ̀rẹ̀**" lò bí wọ́n bá ń sọ̀rọ̀, tàbí bí wọ́n bá ń kọ̀wé, bá yìí:

"*Ìsọjí náà á bẹ̀rẹ̀ láti aago mẹ̀jọ títí di aago méjìlá."

"*Lúùkù, orí kejì, bẹ̀rẹ̀ láti ẹsẹ kìíní dé ìkẹwàá."

Ẹni tí ó bá ní àròjinlẹ̀, tí ó sì ń fi ara balẹ̀ bí ó bá ń sọ̀rọ̀, tàbí bí ó bá ń kọ̀wé, kò níí sàìrí i pé àwọn gbólóhùn méjèèjì yìí mú èdè-àìyedè lọ́wọ́. Ẹkíní, igbà wo ni ìsọjí yóò parí, bí ó bá fi gbogbo wákàtí mẹ́rẹ̀ẹ̀rin bẹ̀rẹ̀? Ẹkejì, ẹsẹ keèló ni kíka Ìwé Lúùkù yóò parí, bí a bá fi ẹsẹ mẹ́wẹ̀ẹ̀wá àkọ́kọ́ bẹ̀rẹ̀?

Ó dájú pé àkoyé àwọn gbólóhùn afiràwọ̀ òké yìí yẹ kó jẹ́ bá yìí:

Ìsọjí náà á bẹ̀rẹ̀ ní aago méjọ; á sì parí ní aago méjìlá.
Lúùkù, orí kejì, (láti) ẹsẹ kìíní dé ìkẹwàá.

8.12. Kíkọ Ọ̀rọ̀-Ìṣe Ẹlẹ́là tí ó ní Àbọ̀ Àtẹnumọ́

Èdè Yorùbá ní ọ̀wọ́ ọ̀rọ̀-ìṣe kan tí àwọn onímọ̀-gírámà ń pè ní "**ọ̀rọ̀-ìṣe ẹlẹ́là**". Ìdí tí wọ́n ṣe ń pé irú ọ̀rọ̀-ìṣe bẹ́ẹ̀ bá yìí ni pé, nínú gbólóhùn, apákan irú ọ̀rọ̀-ìṣe bẹ́ẹ̀ máa ń ṣaájú ọ̀rọ̀-orúkọ aṣàbọ̀, apá kejì a sì tẹ̀lé e. Ká mú ọ̀rọ̀-ìṣe **bàjẹ́** ṣe àpẹẹrẹ. Nínú gbólóhùn, ó lè máa ní àbọ̀:

Ọkọ̀ náà **bàjẹ́**.

Ó sì le ní àbọ̀:

37

Òjó ba ọkọ̀ náà jẹ́.

Bí a bá yan **"ọkọ̀ náà"** sọjú tẹnu mọ́, gbólóhùn ìtẹnumọ́ bẹ́ẹ̀ á di onípọ́n-na, tí ó le yé ni ju ọ̀nà kan lọ:

Ọkọ̀ náà ló **bàjẹ́**.

Ó ṣeé ṣe kí, bí a bá pèdè, tàbí ìgbà tí a ń sọ̀rọ̀, ibi tí a bá ti ń sọ̀rọ̀ le ya ìtumọ̀ kan sọ́tọ̀ sí òmíràn. Ṣùgbọ́n kí á le dá **ọ̀rọ̀-ìṣe elẹ́là**, tí a ṣí àbọ̀ rẹ̀ nípò padà láti tẹnumọ́, mọ̀, kí á kúkú máa fi àmì asọ̀rọ̀pọ̀ ẹyọ kan la apá kìíní-kejì awẹ́ ọ̀rọ̀-ìṣe bẹ́ẹ̀ nínú gbólóhùn tí a bá ti ṣí àbọ̀ nípò padà:

Ọkọ̀ náà ló/ni ó **bàjẹ́**. ['Ọkọ̀...bàjẹ́']

Ọkọ̀ náà ló/ni ó **bà-jẹ́**. ['Ọkọ̀...ẹnikan bà **á** jẹ́']

Owó tó/tí ó sọ**nù**.

Owó tó/tí ó **sọ-nù**. ['tí(ẹnikan) sọ (owó) nù']

8.13. Ọ̀rọ̀-Ìṣe Oníbọ̀ tí ó ní Èyánrúkọ Àtẹnumọ́

Àwọn onímọ̀-gírámà tún ya ọ̀wọ́ ọ̀rọ̀-ìṣe mìíràn sọ́tọ̀ tí wọ́n pè ní **"ọ̀rọ̀-ìṣe oníbọ̀"**. Ẹ̀dá ọkọ̀ọ̀kan irú awọn ọ̀rọ̀-ìṣe bẹ́ẹ̀ jọ onísílébù-kan àti ọ̀rọ̀-orúkọ tí kò dájú pé ó le dá ṣe ọ̀rọ̀ kan fúnra rẹ̀ nínú èdè Yorùbá òde-òní.

Òkan irú ọ̀rọ̀ bẹ́ẹ̀ ni **fẹ́ràn** (**fẹ́+ọ̀ràn**). Ọ̀rọ̀-orúkọ tí ó bá ṣe àbọ̀ ọ̀rọ̀-ìṣe oníbọ̀ bẹ́ẹ̀ máa ṣáábà ṣe èyánrúkọ fún ọ̀rọ̀-orúkọ àfibọ̀ ọ̀rọ̀-ìṣe yìí. Ohun tí ó jẹ́rìí àlàyé yìí ni pé arópò-

38

orúkọ kan náà tí ó lè rópò àbọ̀ ọ̀rọ̀-iṣe oníbọ̀ – **Àdùkẹ́**, nínú gbólóhùn àpẹẹrẹ yìí – ni ẹ̀yánrúkọ '**rẹ̀**'.

Mo fẹ̀ràn **Àdùkẹ́**.

Mo fẹ̀ràn **rẹ̀**.

Ọ̀kan nínú àwọn òfin gíràmà pàtàkì tí èdè Yorùbá là lélẹ̀ ni pé bí a bá yọ ọ̀rọ̀-orúkọ aṣèyán, bi "Àdùkẹ́", láti tẹnumọ́, dandan ni kí á fi arópò-orúkọ tí ó bá tọ́ dípò rẹ̀. Nínú gbólóhùn àpẹẹrẹ wa, '**rẹ̀**' ni arópò-orúkọ tí ó tọ́.

Àdùkẹ́ ni mo fẹ̀ràn **rẹ̀**.

Ó wáá jọnilójú pé, dípò èyí, ó yá àwọn ènìyàn lára kí wọ́n sọ ọ́, kí wọ́n sì kọ ọ́ pé:

Àdùkẹ́ ni mo fẹ̀ràn.[8]

Torí irú ìlò-èdè ìgbàlódé bá yìí, kí á kúkú fara mọ́ ọn pé ìlò-èdè òde-òní ti ìsàlẹ̀ yìí náà tọ̀nà:

"...nítorí [pé] wọn kò ṣe ẹgbẹ́ tí àwọn aráàlú fẹ̀ràn."

Ṣùgbọ́n a sì tún lè sọ pé:

...nítorí [pé] wọn kò ṣe ẹgbẹ́ tí àwọn aráàlú fẹ́.

---

[8]   Ó dájú pé àwọn tí wọ́n máa ń yọ arópò-orúkọ aṣèyán kúrò láìkọ dà bí ẹni pé wọ́n ń fi irú gbólóhùn afìràwọ̀ wọ̀nyí ṣe àṣejù:

"*Awọn ni wọn yoo maa ja lori ohun ti wọn ko mọdi." (Àwọn ni wọn yóò máa jà lórí ohun tí wọn kò mọ̀dí rẹ̀.)

"*Jẹ ki a bẹrẹ lori ẹgbẹ oṣelu ti o jẹ iwọ ni olori." (Jẹ́ kí á bẹ̀rẹ̀ lórí ẹgbẹ́ òṣèlú tí ó jẹ́ (pé) ìwọ ni olórí rẹ̀.)

Ẹ yẹra fún irú àwọn gbólóhùn afìràwọ̀ báwọ̀nyí.

39

8.14. Kíkọ àti Lílo "*dú ọpẹ́" Dípò "dá ọpẹ́"

Ó dà bí pé àwọn ènìyàn wà tí wọn ò kúkú mọ àwíjá ìpèdè irú èyí:

"Bí a bá ṣeni lóore..."

Wọn a ní:

"*ọpẹ́ là ń dú."

Bẹ́ẹ̀ sì ni àwíjá kan náà tí ó tọ̀nà, tí ó ṣeé gbà fún ìsọ̀rọ̀ yìí ní Yorùbá àbáláyé ni:

"ọpẹ́ là ń dá."

Àwíjá yìí jọ ọ̀rọ̀ ìjìnlẹ̀ tí Olóyè I.O. Delanọ yá sàpẹẹrẹ nínú *Dictionary of Yoruba Monosyllabic Verbs* rẹ̀. Ẹ wò ó:

"A dúpẹ́; **a tún** ọpẹ́ **dá**."

Bí a ṣe ń sọ èdè Yorùbá sì dániláre lórí ọ̀rọ̀ yìí. Ọ̀rọ̀-ìṣe "**dú**" tòótọ́ méji péré ni a rí kà ní èdè Yorùbá; ọ̀kankan nínú wọn kò sì túmọ̀ sí "**dúpẹ́**". "**Dú**" kan jọ ara àyálò ọ̀rọ̀, **dúmbú**, láti inú èdè Hausa. **Dúmbú** túmọ̀ sí 'ká fi ọbẹ gé ààyè ẹran lọ́rùn tàjẹ̀-sílẹ̀ pa'. "**Dú**" kejì túmọ̀ sí kí nǹkan ó rẹ, tàbí kí á rẹ nǹkan rí ní aró. "**Dú**" kejì yìí ni a ń kò nínú orúkọ bí **Adúlójú** (a-dú-ní-ojú) àti **Àdúwọ̀** (à-dú-(ní)-àwọ̀).

8.15. Lílo "jú waá ṣe" Dípò "jẹ́ waá ṣe"

Àwọn kan máa ń sọ̀rọ̀; wọn a ní:

"* Yóò jú waá ṣe."

Bí a bá sì tún wò ó, ìlò kan náà tó tọ̀nà, tí ó sì ṣeé gbà ní

40

ìjìnlẹ̀ Yorùbá àjùmọ̀lò ni:

"Yóò jẹ́ waá ṣe."

Kò sí ọ̀rọ̀-ìṣe kan sàn-án bí "**jú**" ní Yorùbá, bí a ṣe mọ̀ ọ́n lóde-òní. Ní ẹ̀ka Èkìtì pàápàá tí àwọn ènìyàn rò pé àgbọ́ṣọ yìí ti wá, kò sí "**jú**" kan pọ́nńbélé tí a lè túmọ̀ sí "**ṣeé ṣe**".

Ọ̀rọ̀-ìṣe kan náà ní Èkìtí, bí ti Yorùbá àjùmọ̀lò, tí ó ní ìtumọ̀ yẹn ni "**jẹ́**", tí ó ṣeé túmọ̀ sí "**mú nǹkan ṣeé ṣe**"

Bí a bá wáá ṣe àtúpalẹ̀ rẹ̀, ìpìlẹ̀ "**júùṣe**" Èkìtí ni "**jẹ́ + ùṣe**"; kì í ṣe "***jú + ìṣe**", tí àwọn kan fi àìtọ̀nà wo-n̄-koko mọ́. Irú àtúpalẹ̀ bá yìí ni a le fi tọpa '**júùjẹ**' – "**ṣeé jẹ**" – dé ìpìlẹ̀ "**jẹ́ + ùjẹ**" dípò "***jú + ìjẹ**".

8.16. Lílo "tẹ̀ síwájú" Nígbà tí A bá ń Róyìn[9]

Ọ̀pọ̀lọpọ̀ ènìyàn, pàápàá àwọn oníròyìn/àwọn agbọ̀rọ̀sọ, kò bẹ̀sù-bẹ̀gbà mọ́ láti ṣi àpólà-ìṣe "**tẹ̀ síwájú**" lò, bí ẹni pé ìtumọ̀ rẹ̀ ni "ká máa bá ẹṣẹ lọ". Bí a bá sì dejúsílẹ̀ wò ó, àpólà yìí kò sí lára ọ̀wọ́ ọ̀rọ̀-ìṣe tí àwọn onímọ̀-gírámà ń pè ní '**ọ̀rọ̀-ìṣe àfìròyìn**'. Nítorí ìdí èyí, dípò kí a sọ, tàbí kí a kọ:

"***Wọ́n tẹ̀síwájú** pé bó ti wù kí ẹ̀yìn olóko ṣe gànnàkù tó, òun lọ̀gá lébìrà."

---

[9] Ẹ kíyèsí i o, pé **róyìn** yàtọ̀ sí **ròyìn** nínú èdè Yorùbá àbálàyé. **Róyìn** ni "sọ ohun gangan tí o gbọ́ láti ẹnu ọlọ́rọ̀, ní kíkún àti ní pípé pérépéré." (*Fi we'* **rọ́fá**: "pe àwọn ẹsẹ Ifá jáde lẹ́sẹẹsẹ láìyọ ẹsẹ kankan sílẹ̀.") Èwẹ̀, **ròyìn** ní tirẹ̀ ni "fúnni ní ìmọ̀ ohun tí ó ṣẹlẹ̀ ní 'ojúmítóo' láìwo-n̄-koko mọ́ bí ọlọ́rọ̀ ti sọ ó." Ìróyìn, ohun tí etí gbọ́ ní àfojúbà ni; ìròyìn nìkan ni kì í tó àfojúbà!

41

kò yẹ kí ó sòro kí a fi èdè àbáláyè sọ ọ́ lóríṣìí ọ̀nà báyìí pé:

Wọ́n **fi kún ọ̀rọ̀ wọn** pé, [bó ti wù kí èyìn olóko ṣe gànnàkù tó, òun lògá lébìrà].

Wọ́n ń **tẹ̀ síwájú nínú ọ̀rọ̀ wọn**; wọ́n ní [bó ti wù kí èyìn olóko ṣe gànnàkù tó, òun lògá lébìrà].

Bí wọ́n ti ń tẹ̀ síwájú nínú ọ̀rọ̀ wọn ni wọ́n ní [bó ti wù kí èyìn olóko ṣe gànnàkù tó, òun lògá lébìrà].

8.17. Ìlo "pẹ̀lú"

Ọ̀rọ̀-ìṣe onìbọ̀ paraku ni "**pẹ̀lú**" (ẹ wo #8.13. tí a ti sòrọ̀ lorí **Ọ̀rọ̀-ìṣe onìbọ̀**). Ìdí ni pé àtúpalẹ̀ jẹ́ ká mọ ẹdá ìpìlẹ̀ rẹ̀: "**pa + ẹ̀lú**"; tí "**lú**" ara rẹ̀ àti èyí tó bẹ̀rẹ̀ "**lú irú pọ̀ mọ́ sàpà**" sì jẹ́ ọ̀rọ̀-ìṣe. Bí a ti le lo **pẹ̀lú** bí ọ̀rọ̀-ìṣe, bẹ́ẹ̀ ni a le lò ó bí atọ́ka àti bí ọ̀rọ̀ asopọ̀. Ní ọ̀nà métẹ̀ẹ̀ta tí a le lò ó yìí, ìtumọ̀ kan-náà tí a mọ̀ ón mọ̀ ni "**kún (ẹni kan, tàbí ohun kan); bá... jọ...**"

Ní òde-òní, ọ̀pọ̀ tí kò mọ bí ọ̀rọ̀ yìí ṣe jẹ́ gan-an máa ń **lú** u mọ́ ọ̀rọ̀-atọ́ka èdè Gẹ̀ẹ́sì ***with*** tí ó máa ń tọ́ka ohun tí a lò láti gbé nǹkan ṣe, tàbí eni tí a jọ gbé nǹkan ṣe. Wúnrèn "*with*" máa ń ṣaájú ohun tí ó ń tọ́ka ni. Ìdàrúdàpọ̀ àìmọ̀ yìí ló fá ìlò "**pẹ̀lú**" nínú àwọn gbólóhùn afìràwọ̀ tí a fi ṣàpẹẹrẹ wọnyí. Bí ó ti tọ́ kí a sọ ọ́ wà ní apá ọ̀tún afìràwọ̀ kọ̀ọ̀kan:

Àsìlò "pẹ̀lú"	**Bí ó ti tọ́**
"* Ó jẹ ìrẹsì **pẹ̀lú** ṣíbí."	Ó **fi** ṣíbí jẹ ìrẹsì.

42

"* Ó fọ̀sọ **pẹ̀lú** Ómò."   Ó **fi** Ómò fọ̀sọ.

"*Kò gbà ju ìṣéjú méjì   Kò gbà ju ìṣéjú méjì tó fi **fi**
tó fi pa wọ́n **pẹ̀lú** ìbọn   ìbọn ìléwọ́ máfọhùn pa wọ́n.
ìléwọ́ máfọhùn."

"*A máa dira dáadáa kó   A máa dira dáadáa kó tó **bá**
tó ṣe ìpàdé **pẹ̀lú** àwọn   àwọn ọmọ ogun ṣe ìpàdé.
ọmọ ogun."

"...*Naijiria fẹ̀ẹ kọlu Argentina   ...Nàìjíríà yóò **fi** ipá/
pẹ̀lú agbára."   agbára kọlu Ajẹ̄ntínà.

Àwọn gbólóhùn tí a mú ṣàpẹẹrẹ "Bí ó ti tọ́" mú un dánilójú
pé wúnrẹ̀n **fi** àti **bá** ni Yorùbá àdáyébá fúnni ká lò ní
gbogbo ibi tí àwọn ènìyàn ti ń ṣi "**pẹ̀lú**" lò lóde-òní.

9. Síso-Wúrẹ̀n-Pọ̀

Èdè Yorùbá ní wúnrẹ̀n gírámà tí a le fi so ọ̀rọ̀-orúkọ mọ́
ọ̀rọ̀-orúkọ, àpólà atóka mọ́ àpólà atóka, gbólóhùn mọ́
gbólóhùn; ṣùgbọ́n kò sí wúnrẹ̀n kankan tí a le yàn sójú, tí
a le fi so ẹ̀yánrúkọ mọ́ ẹ̀yánrúkọ; ẹ̀yánrọ̀-ìṣe mọ́ ẹ̀yánrọ̀-
ìṣe; ọ̀rọ̀-ìṣe mọ́ ọ̀rọ̀-ìṣe. Èyí jẹ́ kókó gírámà Yorùbá kan tí
kò yẹ kí a fi ojú fò-dá.

9.1. Síso-Ọ̀rọ̀-Orúkọ-Pọ̀

Tí a bá pa àwọn arópò-orúkọ péú tì sí ẹ̀gbẹ́ kan ná[10], àwọn
wúnrẹ̀n tí a fi í so ọ̀rọ̀-orúkọ pọ̀ ni **àti**, **tàbí/àbí**, **pẹ̀lú**, **òun**:

---

[10] Ẹ wo #6.8. – 6.14. tí a ti yẹ wọ́n wò!

Àpẹẹrẹ

Mo fẹ́ owó **àti** àláfíà.

Èmi ò kọ owó **tàbí** ọmọ.

Mo fẹ́ owó **pẹ̀lú** àláfíà.

Mo fẹ́ owó **òun** èmí gígùn.

Èwo ló dára jù nínú kí á lówó **tàbí** kí á bímọ?

Ó jọ pé nínú àwọn wúnrèn asorọ̀-orúkọ-pọ̀ mẹ́tẹ̀ẹ̀ta yìí, àwọn ènìyàn kò sáábà lo 'òun' mọ́.

9.2. Àpólà-Orúkọ tó fi Atọ́ka "ní" Bẹ̀rẹ̀

Ó dà bí ẹni pé bí ó ṣe wuni ni a le fi "**àti**" so irú **àpólà-orúkọ** tó fi "**ní**" bẹ̀rẹ̀ pọ̀.

Àpẹẹrẹ

A kí gbogbo èèyàn wa nílé **àti** léyìn odi.

...ní ayé yìí **àti** ní ọrun

Àkíyèsí (1): Àpólà-orúkọ tí atọ́ka "**ní**" bẹ̀rẹ̀ rẹ̀ nìkan ni ó ṣeé fi "**àti**" so pọ̀. Kò dà bí ẹni pé àwọn àpẹẹrẹ méjì yìí fi bẹ́ẹ̀ wọ̀, nítorí pé àpólà kejì kò fi "**ní**" bẹ̀rẹ̀:

?A kí gbogbo èèyàn wa ní*lé* **àti** *éyin odi.*

?...ní *ayé yìí* **àti** *ọrun*

Àkíyèsí (2): Ọ̀pọ̀ ìgbà ni a kì í wulẹ̀ náání "**àti**" nígbà tí a bá sín àpólà tó fi "**ní**" bẹ̀rẹ̀ pọ̀; bí **ní ọmọdé, ní àgbà, ní ọkùnrin**, àti **ní obìnrin**:

44

Àpẹẹrẹ

A kí gbogbo yín lọmọdé, lágbà.

A kí gbogbo yín lọkùnrin, lóbìnrin.

Ṣùgbọn kò léèèwọ̀ kí a sọ, kí a sì kọ:

A kí gbogbo yín lọmọdé, lágbà, lọkùnrin, **àti** lóbìnrin.

tàbí

A kí gbogbo yín lọmọdé, lágbà, lọkùnrin, lóbìnrin.

Àkíyèsí (3): Bí a bá lo "**sí**" àti "**fún**" bí atọ́ka orúkọ, ó kúkú sàn kí àpólà atọ́ka bẹ́ẹ̀ wà níwá **àti** lẹ́yìn èkíní-kejì wọn

Àpẹẹrẹ

Ó bímọ **sí**lé àti **sí** ìdálẹ̀. (Ó já gaara ju "Ó bímọ sílé àti ìdálẹ̀".)

Ògo ni **fún** Baba **àti fún** Ọmọ **àti fún** Èmí Mímọ́.

("Ògo ni fún Baba, Ọmọ àti Èmí Mímọ́," kò dún dára léti tó.)

9.3. Ẹ máà fi Aṣọ Sísopọ̀ Ṣẹ Eégún Ìlò Ọ̀rọ̀-Ìṣe, Ẹ̀yánrúkọ àti Ẹ̀yánrọ̀-Ìṣe Mọ́ Ara wọn

Ẹ máà dá a lásà kí a máa fi ọ̀rọ̀-asọ̀rọ̀pọ̀ so **ọ̀rọ̀-ìṣe** mọ́ **ọ̀rọ̀-ìṣe**; **ẹ̀yánrúkọ** mọ́ **ẹ̀yánrúkọ**, **ẹ̀yánrọ̀-ìṣe** mọ́ **ẹ̀yánrọ̀-ìṣe**.

Eyí ló fà á tí gbólóhùn àpẹẹrẹ yìí fi mẹ́hẹ:

a. Ò dé fìlà *dúdú* **ati** *pupa.*

Ẹni tí ó bá gbọ́ gbólóhùn yìí yóò ṣe bí ẹni tí a ń sọ̀rọ̀ rẹ̀ **dé** fìlà méjì ni: ọ̀kan dúdú, èkejì pupa. Bí ò bá jẹ́ pé bí ọ̀rọ̀ ṣe rí nìyẹn, kí á kúkú sọ ohun tí a ní lọ́kàn bá yìí pé:

Ò dé fìlà *aláwọ̀ dúdú* àti *pupa.*

Nínú gbólóhùn yìí, *dúdú* yán **àwọ̀**, kò yán **fìlà**; bẹ́ẹ̀ náà ni **pupa** yán àwọ̀, kò yán **fìlà**.[11]

Ẹ tún wo gbólóhùn yìí:

b. A máa ṣe *dìẹ̀dìẹ̀* àti *ségesège.*

tí òun náà kù káà tó; tí ó sì já gaara bí a bá sọ ọ́ báyìí, láìlo **'àti'**:

A máa ṣe dìẹ̀dìẹ̀; bẹ́ẹ̀ ni a sì máa ṣe ségesège.

Lẹ́ẹ̀kẹta, ẹ wo gbólóhùn afìràwò̩ yìí

d. "* Ó *gún* àti *jẹ* iyán náà."

tí ó yẹ kó jẹ́

Ó gún iyán náà; ó sì jẹ ẹ́.

Àwọn afínjú nínú ìlò èdè Yorùbá nìkan ni wón le fura sí i pé àwọn wọ̀nyìí tí a yọ láti inú àwọn ìwé tó wà níta bá yìí

---

[11] Ìwé Awobuluyi, O. 2013. *Ẹ̀kọ́ Gírámà Èdè Yorùbá*, o.i. 54, 311-313, tún fún wa ní oríṣiríṣi ibi tí a ti lo èyánrọ̀ láìsí ọ̀rọ̀-orúkọ tí wọ́n ń yán níwájú wọn gangan.

kò bọ́ sí i: bẹ́ẹ̀ sì ni kò sì sí nǹkan mìíràn tó fa àìbọsí yìí ju kí á máa fi wúnrẹ̀n asòrọ̀-orúkọ-pọ̀ so ọ̀rọ̀-ìṣe pọ́nńbélé mọ́ ọ̀rọ̀-ìṣe, tàbí àpólà-ọ̀rọ̀-ìṣe mọ́ àpólà-ọ̀rọ̀-ìṣe, bí gbólóhùn afìràwọ̀ (d), bí a ṣe yá wọn lò:

> "*O ò gbọ́dọ̀ *sọ̀rọ̀* **tàbí** *pariwo*, kí ọlọ́dẹ má baà fura."
>
> "*Wọn a máa fi *sọ̀rọ̀* **tàbí** *pòwe*."
>
> "*Ibi tí ìgórí ahọ́n ti *kan* **tàbí** *sún mọ́ èrìgì*."
>
> "*... èyí tí ó lè *padé* **tàbí** *ṣí sílẹ̀*."
>
> "*... kí àwọn ọmọ ba lè *pa àlọ́ àpagbè* **àti** *mọ ìtumọ̀ wọn*."

Kì bá sàn púpọ̀ bí ó bá jẹ́ bí wọ́n ṣe kọ àwọn gbólóhùn yìí ni bá yìí:

O ò gbọ́dọ̀ sọ̀rọ̀ **tàbí** kí o pariwo, kí ọlọ́dẹ máà baà fura.

Wọn a máa fi sọ̀rọ̀ **tàbí** kí wọ́n máa fi pòwe.

Ibi tí ìgórí ahán ti kan èrìgì **tàbí** (ibi) tí ó ti súnmọ́ ọn

... èyí tí a lè padé **tàbí** tí a lè ṣí sílẹ̀

O ò gbọ́dọ̀ sọ̀rọ̀; o ò **sì** gbọ́dọ̀ pariwo, kí ọlọ́dẹ máà baà fura.

... kí àwọn ọmọdé ba lè pa àlọ́ àpagbè, kí wọ́n **sì** mọ ìtumọ̀ wọn.

9.4. Síso-Gbólóhùn-Pọ̀

Ọ̀wọ́ àwọn wúnrẹ̀n wọ̀nyí nìkan ni kí á máa lò láti so gbólóhùn mọ́ gbólóhùn:

47

ṣùgbọ́n, àmọ́, tàbí/àbí:

Àpẹẹrẹ

a. Òjó lọ **ṣùgbọ́n/àmọ́** kò pẹ́ rárá níbẹ̀.

b. Ǹjẹ́ Òjó lọ **àbí** kò lọ?

d. Ẹ ráyé **àbí** ẹ è ráyé?

e. A fẹ́ẹ́ mọ̀ bóyá ó lọ **àbí** kò lọ.

ẹ. A jọ máa ṣe é ni, **yálà** ó fẹ́ **àbí** kò fẹ́.

9.5. Ẹ máà ṣe Dá a Láṣà láti máa fi "àti" So Gbólóhùn Pọ̀.

Lọ́rọ̀ kan, ẹ yẹra fún irú àwọn gbólóhùn wọnyí tí a yọ lò láti inú àwọn ìwé tó wà látẹ bá yìí:

"*À ń ṣe gbogbo eléyìí *kí a ba lè lówó lọ́wọ̀* **àti** *kí a rí ṣe.*"

tí ó yẹ kó jẹ́ bá yìí:

À ń ṣe gbogbo eléyìí kí a ba lè lówó lọ́wọ́, kí a **sì** rí ṣe.

Bí ẹ bá wò wọ́n pọ̀, ẹ ẹ́ rí pé gbólóhùn afìràwọ̀ yìí

"*À ń ṣe gbogbo eléyìí *kí a ba lè lówó lọ́wọ̀* **àti** *kí a ríṣe.*"
fi ìhun jọ

9.1. Èwo ló dára jù nínú kí á lówó tàbí kí á bímọ?

bẹ́ẹ̀ sì ni àwọn méjèèjì kọ́ ni wọ́n ṣeé gbà. Ìyàtọ̀ pàtàkì tó wà láàárín wọn ni pé nínú àpẹẹrẹ **9.1**, gbólóhùn àfìbọ̀ aṣorúkọ

48

ni "**tàbí**" so pọ̀; ṣùgbọ́n nínú gbólóhùn afìràwọ̀ **9.5.** àfìbọ̀ ẹ̀yánrọ̀-ìṣe méjì ni "**àti**" so pọ̀. Ẹ rántí pé **#9.3.** ti kì wá nílọ̀ pé:

9.3. Ẹ máà dá a lásà kí a máa fi ọ̀rọ̀-asopọ̀ so **Ọ̀rọ̀-ìṣe** mọ́ **Ọ̀rọ̀-ìṣe**; **Ẹ̀yánrúkọ** mọ́ **Ẹ̀yánrúkọ**; **Ẹ̀yánrọ̀-ìṣe** mọ́ **Ẹ̀yánrọ̀-ìṣe**.

Àsopọ̀ gbólóhùn àfìbọ̀ tí kò ṣeé gbà bá yìí pọ̀ nínú Ìwé Àdúrà Síẹ́mẹẹ̀sì (*CMS Book of Prayers*):

Àpẹẹrẹ (Bí ó ṣe tọ́ tẹ̀lé àpẹẹrẹ àfìràwọ̀ kọ̀ọ̀kan nínú àkámọ́)

"*...kí ilẹ̀ lè máa mú èso rẹ̀ wá *àti*kí irúgbìn rere ti ọ̀rọ̀ rẹ pẹ̀lú lè máa so èso lọ́pọ̀lọpọ̀.*"
(...kí ilẹ̀ lè máa mú èso rẹ̀ wá, kí irúgbìn rere ti ọ̀rọ̀ rẹ náà **sì** lè máa so èso lọ́pọ̀lọpọ̀.)

"*Olúwa, fi àánú gbọ́ àdúrà àwọn ènìyàn rẹ... kí wọn kí ó lè máa wòye *àti*kí wọn kí ó lè máa mọ ohun tí wọn ì bá máa ṣe.*"
(Olúwa, fi àánú gbọ́ àdúrà àwọn ènìyàn rẹ... Jẹ́ kí wọ́n lè máa wòye, kí wọ́n **sì** lè máa mọ ohun tí ó tọ́ fún wọn láti máa ṣe.)

"*...kí ó sì lè máa jọba àwọn ènìyàn ní òdodo rẹ *àti*kí ó sì lè máa pa wọ́n mọ́ ní àláfíà...*"
(...kí ó sì lè máa jọba lé orí àwọn ènìyàn rẹ, kí ó **sì** lè máa dábò bò wọ́n...)

"*...kún un lówọ̀ kí ó lé *àti* kí ó lè ṣẹ́gun àwọn ọ̀tá rẹ̀ gbogbo..."

(...ràn án lówọ̀ láti lé àwọn ọ̀tá rẹ̀ gbogbo lọ, kí ó **sì** ṣẹ́gun wọn...)

Lílo wúnrẹ̀n aṣaájú ọ̀rọ̀-ìṣe "**sì**" tẹ̀lé olùwà nínú gbólóhùn àfibọ̀ àwọn èdà gbólóhùn tó ṣeé gbà nìkan ni èdè Yorùbá fi ṣaáyan gbólóhùn sísọpọ̀. Bí a bá fi ojú-inú wò ó, tí a sì yọ ọpá sẹ̀máńtíkì tì í, "**sì**" kò so gbólóhùn pọ̀; ó kàn ń tani lólobó ni pé ṣíṣẹ̀-n-tẹ̀lé ni gbólóhùn rẹ̀ jẹ́ sí èyí tó ṣaájú.

10. Ọ̀rọ̀-Ìṣe Pípajẹ

Ọ̀rọ̀-ìṣe méjì péré ni ó dánilójú pé a máa ń fò, tàbí pé a lè yọ nínú gbólóhùn ní èdè Yorùbá; inú irú ẹ̀hun gbólóhùn kan ṣoṣo ni èyí sì ṣeé ṣe.

Àwọn ọ̀rọ̀-ìṣe méjèèjì tí ọ̀rọ̀ kàn ni "**jẹ́**" àti "**ṣe**" pàápàá nígbà tí **olùwà** àti **abọ̀** ẹ̀kíní-kejì àwọn ọ̀rọ̀-ìṣe méjèèjì yìí bá tọ́ka sí ẹni kan-náà, tàbí sí nǹkan kan-náà.

Àpẹẹrẹ:

Oníṣẹ́ **ṣe** àgbà ọ̀lẹ.

Oníṣẹ́ **jẹ́** àgbà ọ̀lẹ.

Ìṣápá **jẹ́** ọ̀rẹ́ iyán.

Gbẹ̀gìrì **ṣe** ọ̀rẹ́ àmàlà.

Ìgbà tí a bá yọ abọ̀ ọ̀rọ̀-ìṣe méjèèjì yìí sọjú tẹnu mọ́ ni wọ́n ṣeé fò.

50

Ẹ wo àwọn àbọ̀ (tí a *kọ-wọ́-sọ́tùún*) nínú àwọn gbólóhùn àpẹẹrẹ méjì yìí:

Mi kì í ṣe *èèyànkéèyàn*.

Mo jẹ́ *ọmọ-iṣẹ́* nígbà yẹn.

Bí a bá yọ àwọn àbọ̀ gbólóhùn méjèèjì sojú-tẹnu-mọ́, àwọn gbólóhùn yìí a dà bá yìí:

Èèyànkéèyàn kọ́ ni mo *ń ṣe*.

Ọmọ-iṣẹ́ ni mo *jẹ́* nígbà yẹn.

Inú irú gbólóhùn àyídà bá yìí nìkan ni àwọn ọ̀rọ̀-iṣe méjèèjì yìí ti ṣeé fò, tí a á sì le fo ọ̀kọ̀ọ̀kan tòun-tàwọn aṣaájú ọ̀rọ̀-iṣe rẹ̀. Arọ́pò-orúkọ aṣàbọ̀ a sì dípò **olùwà** ọ̀rọ̀-iṣe tí a fò.

Èèyànkéèyàn kọ́ ni **mí**.

Ọmọ-iṣẹ́ ni **mí** nígbà yẹn.

A dé ibi tí onídán ti í pa á bá yìí:

Ẹ jẹ́ kí ọ̀rọ̀-orúkọ "**Òjó**" dípò **mí** nínú àwọn gbólóhùn méjèèjì. Wọn a dà bá yìí:

Èèyànkéèyàn kọ́ ni *Òjó*.

Ọmọ-iṣẹ́ ni *Òjó* nígbà yẹn.

Ẹyọ ẹni kan tí a ń sọ̀rọ̀ rẹ̀, tí gírámà ń pè ní "ẹni kẹta", ni "*Òjó*". Ibi tí a ń rè ni a dé yìí:

Ó fẹ́ẹ̀ jẹ́ gbogbo àwọn ònkọ̀wé tí wọ́n ronú sí ohun tí yóò ṣẹlẹ̀ bí a bá fi arọ́pò-orúkọ tó bá a mu dípò '*Òjó*, ni wọ́n gbà pé a ò rí nǹkan mììràn sọ ní Yorùbá àjùmọ̀lò ju àyídà wọ̀nyìí, tí àyè tí "*Ọjọ́*" wà tẹ́lẹ̀ ti sọ́fo.

Èèyànkéèyàn kọ́ ni —.

Ọmọ-iṣẹ́ ni — nígbà yẹn.

10.1. Nígbà tí ọ̀rọ̀ rí bá yìí, títí da ìgbá tí ẹnu yóò kò, kí á kúkú gbà pé ẹni kẹta àbọ̀ pòórá léyìn wúnrẹ̀n àtẹnumọ́ "**ni**" bí a bá lo arópò-orúkọ dípò rẹ̀, tí gbólóhùn èyí yóò sì da èyí tó tẹ̀lé e:

Èèyànkéèyàn kọ́ ni *Ọjọ́.*

Èèyànkéèyàn kọ́ ni. (**Èèyànkéyàn kọ́ ni **in**.*)

10.2. Bí ó bá yẹ ní "**jẹ́**" àti "**ṣe**" bí a ti là á lélẹ̀ yìí, kò dájú pé ọ̀rọ̀-iṣẹ́ mììràn tún wà ní èdè Yorùbá, tí a lè pajẹ, àfi tí a bá ń fi òjò èdè-elédè, bí Gẹ̀ẹ́sì, gbin ọkà àṣìlò Yorùbá. Àṣìlò bẹ́ẹ̀ kò sì wọ́n ní ìlò Yorùbá òde-òní.

Ẹ yàgò fún àwọn àṣìlò àyálò Gẹ́ẹ̀sì bẹ́ẹ̀, tí wọn kò wọ́n ní Yorùbá òde-òní:

Àpẹẹrẹ:

(A fi ẹ̀dà gbólóhùn kọ̀ọ̀kan tó tọ̀nà sínú àkámọ́ tẹ̀lé àpẹẹrẹ àfiràwọ̀ kọ̀ọ̀kan)

"*Ní Sálẹ̀mù pẹ̀lú ni àgọ́ rẹ̀ wà, **àti** ibùjókòo rẹ̀ (...) ní Síónì."

(Sálẹ̀mù náà ni àgọ́ rẹ̀ wà, tí ibùjókòó rẹ̀ sì wà ní Síónì.)

"*Ó mú koríko dàgbà fún ẹran, **àti** (...) ewébẹ̀ (...) fún ìlò ènìyàn."

(Ó mú koríko dàgbà fún àwọn ẹranko, ó sì mú ewébẹ̀ dàgbà fún ìlò ènìyàn.)

"*Kí ló ṣe ẹ̀yin òkè ńlá tí ẹ fi ń fò bí àgbò, **àti** ẹ̀yin òkè kékèké (...) bí ọ̀dọ́ àgùtàn?"

(Kí ló ṣe yín, ẹ̀yin òkè ńlá, tí ẹ fi ń ta pọ́n-ún pọ́n-ún bí àgbò? Kí ló ṣe ẹ̀yin òkè kékèké náà, tí ẹ fi ń ta pọ́n-ún pọ́n-ún bí ọ̀dọ́ àgùtàn?)

"*Ara àwọn ìró tí à ń gbé jáde bá yìí ni [f] tí a rí nínú *fún* **àti** [v] (...) nínú ọ̀rọ̀ Gẹ̀ẹ́sì yìí 'voice' (ìkùn)."
(Ara àwọn ìró tí a máa ń fi ẹnu pè bá yìí ni [f] tí ó jẹ yọ ní ìbẹ̀rẹ̀ '*fún*' àti [v] tí ó jẹ yọ ní ìbẹ̀rẹ̀ ọ̀rọ̀ Gẹ̀ẹ́sì yìí 'voice' (ìkùn).)

Àkámọ́ yìí "(...)" nínú àpẹẹrẹ afiràwọ̀ ni a fi sàmì àfo tí a ti yọ àpólà gbólóhùn ajogẹ́ẹ̀sì tí àwọn òǹkọ̀wé wò kọ àpẹẹrẹ kọ̀ọ̀kan. Ẹ óò rí i pé àwọn ẹ̀dà inú àkámọ́ kò fi ojú àpá àpólà tí a yọ hàn. Èyí dá wa láre pé wíwo-Gẹ̀ẹ́sì sọ̀rọ̀ ló fa àpólà kòtọ́ tí a yọ dànù.

11. Lílo "nípa"

Bí a ṣe ń sọ Yorùbá lóde-òní, àwọn ènìyàn ti ń lo "**nípa**" láìka kòbákùngbé àṣìlò rẹ̀ sí. Àwọn ènìyàn bẹ́ẹ̀ gbà pé kòbétímu ìlò bí ti àwọn àpẹẹrẹ wọ̀nyìí dára; pé wọ́n sì tọ̀nà. Kò ni wọ́n lára, kò sì fi wọ́n lọ́wọ́ láti máa kọ irú àwọn gbólóhùn bá yìí:

"Ẹ jẹ́ kí á bẹ̀rẹ̀ ìsìn wa òní **nípa** kíkọ orin irínwó."

"À ń sẹ̀dá ọ̀rọ̀-orúkọ **nípa** títa àfòmọ́wájú mọ́ ọ̀rọ̀-ìṣe."

"A lè pe ìró náà **nípa** fífi ìgórí ahán kan èrìgì."

"**Nípa** ìfẹ́ Olùgbàlà, kí yóò sí nǹkan."

Ó dà bí ẹni pé ẹsin ìtúmọ̀-sí-Gẹ̀ẹ́sì, "*by, through, with, about, of, according to*", tí ìwé atúmọ̀-èdè Síẹ́mẹ̀ẹ̀sì (CMS) pín fún "**nípa**" ni àwọn ẹni bẹ́ẹ̀ ń gùn. Bẹ́ẹ̀ sì ni kò dájú pé ènìyàn le ká ìlò "**nípa**" tí '*by*' le túmọ̀, bí tinú àwọn àpẹẹrẹ òkè yìí, mọ́ ọmọ ìbílẹ̀ Yorùbá tí kò mọ̀-ọ́nkọ-mọ̀-ọ́nkà, tí kì í ṣi í ṣe onígbàgbọ́, lẹ́nu. Àṣìlò kòbákùngbé bá yìí ló fà á tí a fi fẹ́ẹ́ tẹnumọ́ ìlò àbáláyé, tí Yorùbá gbàá sọ àwọn àṣìlò gbólóhùn tí a fi ṣàpẹẹrẹ wọ̀nyẹn. Díẹ̀ nínú àwọn ìlò àbáláyé yẹn nìyí:

Ẹ jẹ́ kí á **fi** orin irínwó bẹ̀rẹ̀ ìsìn wa tòní.

Títa àfòmọ́wájú mọ́ ọ̀rọ̀-ìṣe ni a **fi** ń sẹ̀dá ọ̀rọ̀-orúkọ.

Ọ̀kan nínú/Ara àwọn ọ̀nà tí a ń **gbà** sẹ̀dá ọ̀rọ̀-orúkọ ni kí á ta àfòmọ́wájú mọ́ ọ̀rọ̀-ìṣe.

Fífi ìgórí ahán kan èrìgì ni a fi ń pé ìró náà.

Kò níí sí nǹkan kan **lágbára** Olùgbàlà/**nífẹ́ẹ́** Olùgbàlà.

Kò níí sí nǹkan kan **bí** Olùgbàlà **bá** fẹ́ ẹ bẹ́ẹ̀.

54

12. Àmì Ìsẹ́mìí-Sọ̀rọ̀[12]

A ń fi àkànṣe àmì dá[13] **àkọsílẹ̀** àti **àtẹ̀kà èdè** kí ó le ṣeé kà lákàyé, kí ó sì ṣeé gbọ́ lágbọ́ọ́yé.

Ìsẹ́mìí-sọ̀rọ̀, tí a yá pè ní **ìdánudúró**, ni ó yẹ kí a gbà bí **àwòṣẹ̀dá** àmì tí a fi ń dá **àkọsílẹ̀** àti **àtẹ̀kà èdè**. Ìdí ni pé 'ìsọ̀rọ̀-sẹ́mìí' ni í pààlà wúnrẹ̀n èdè fún àti ẹni tí ń sọ ọ́, àti

---

[12] Àkàndá ni ọ̀rọ̀-ìperí yìí. Ó sì yẹ kí á ṣe àlàyé ìhun rẹ̀. Àwọn ọ̀rọ̀ tí a mú ṣẹdá rẹ̀ nìwọ̀nyí:

Sẹ́: ọ̀rọ̀-ìṣe, tí a lè túmọ̀ sí 'dá nǹkan bọrọgidi sí kélekèle, bí ó ní oríkèé, bí kò ní.'

ì-mìí: fífí ẹ̀dọ̀fóró àti imú fa afẹ́fẹ́ sínú tì jáde.

ì-sẹ́mìí [ì-sẹ́-mí]: **dídá** fífí-ẹ̀dọ̀fóró-àti-imú fa-afẹ́fẹ́-sínú-tì-jáde

Èémí [èmímí] tàbí **Ìmí** ni ọkọ ohùn, tí ẹ̀dá ènìyàn ń múlò ṣe èdè. Ìdí nìyí tí Yorùbá fi mọ̀ pé ènìyàn kò le máa yán kí ó sì máa sọ̀rọ̀ lẹ́ẹ̀kan-náà. Kò sí afẹ́fẹ́ ìmí/èémí tó le gba àárín tán-án-ná aṣohùn, tí gògòngò ṣe lójọ̀, jáde, bí a bá ń yán. Bẹ́ẹ̀ ni, bí èémí ò sì jáde, ìdún ohùn tí ẹ̀dá ènìyàn ń sọ da ọ̀rọ̀ kò sí. Bí a bá dákẹ́, tí a ń mí, láìsí hẹ̀rẹ̀-huuru, a jẹ́ pé àwọn tán-án-ná méjì apátùn-ún apásì inú gògò-ńgò pínyà gbagada nìyẹn; kò sí ídún-hùn kankan.

Bí a bá fi tán-án-ná ohùn méjèèjì hẹ ara wọn, èémí/ìmí tí ń jáde a máa gbọn wọ́n pọ̀; ẹ̀gbọ̀n-rìrì yẹn ni ìdúnhùn. Bí a bá fa àwọn tán-án-ná méjèèjì ṣé, tí a ṣé èémí, a pẹkun ẹ̀gbọ̀n-rìrì àti ìdúnhùn nìyẹn. A dá ohùn dúró níyẹn.

Òdiwọ̀n ìsẹ̀mìí yìí ni a fi ń dá ohùn kí ọ̀rọ̀ le yé ẹni tí a ń bá sọ̀rọ̀, kí ó máà kà á láyà. Ìsẹ́mìí ni ọlọ́kọ̀ àgbóyé. Ẹni tí ó gbọ èdè ni ẹni tí ìdá ọ̀rọ̀ tí a fi ìsẹ́mìí èdè kọ̀ọ̀kan ṣe yé.

[13] Èyí ni pé a ń "pààlà" àwọn wúnrẹ̀n sí ara wọn.

ẹni tí ó bá wà létígbọ̀ọ́. Òun ni a fi máa ń sọ pé ènìyàn 'gbọ́' èdè.

Àbí ẹ ò gbọ́ tí wọ́n ní 'bí o ò gbédè, o ò gbọ́ "wọ́yọ̀wọ́yọ̀"? "Wọ́yọ̀wọ́yọ̀" mà ni ìsọ̀rọ̀ lètí ẹni tí **ìsọ̀rọ̀-sẹ́mìí** èdè kan kò là lóye ààlà wúnrẹ̀n èdè bẹ́ẹ̀; ni a fi le sọ pé ẹni yẹn kò "gbọ́" èdè náà. Àwọn **àmì ìsẹ́mìí-sọ̀rọ̀** èdè Yorùbá nìwọ̀nyí:

12.1. Ìlo Àwọn Lẹ́tà Ńlá

Ẹ máa fi **lẹ́tà ńlá** bẹ̀rẹ̀ wúnrẹ̀n wọ̀nyìí: (1) gbólóhùn tó dá fó; (2) orúkọ ènìyàn; (3) orúkọ ibi pàtàkì; àti (4) wúnrẹ̀n ọ̀rọ̀-orúkọ àti wúnrẹ̀n onítumọ̀ adáni kọ̀ọ̀kan nínú àpèlé orúkọ àwọn nǹkan bí ẹgbẹ́, àjùmọ̀ṣe, àjọ ńlá, ilé-iṣẹ́, ilé-ẹ̀kọ́; tí ó fi mọ́ àkọlé ìwé, àkọlé àpilẹ̀kọ tí a ń tẹ̀ sínú ìwé-àtìgbàdégbà, àti ìwé-ìròyìn.

Àpẹẹrẹ

1. **A**yọ̀ kí gbogbo wa nígbà tí ó débí láìpẹ́ yìí.

2. **O**wólabí, **B**abatúndé, **À**jàyí, **Ọ**ládélé

3. **È**kó, **Ì**bàdàn, **Ẹ̀**pẹ́, **Ọ̀**yọ́, **T**chabẹ

4. a. **Ì**gbìmọ̀ **È**dè **Y**orùbá ní **Ì**wọ̀-**O**òrùn **Á**fíríkà

   b. **Ẹ**gbẹ́ **Ọ**mọ **Ò**dùduwà

   d. *Gírámà àti Fonọ́lọ́jì Yorùbá*

   e. '**K**ọ́nsónáǹtì-**P**ípajẹ ní **Ẹ̀**ka-**È**dè **Ọ̀**yọ́'

56

12.2. Àmì Ìsémìí Pón-ún (.):

a. Ẹ yán **ìsémìí pón-ún** tèlé (1) létà tó bá parí gbólóhùn dánfó; (2) létà abèrè tí a lò dípò orúkọ; (3) òkòòkan àwọn létà àgékúrú dípò àkọlé tàbí orúkọ ọlópò-wúnrèn:

Àpẹẹrẹ

1. Ayò kí gbogbo wa nígbà tí ó débí láìpé yìí.

2. **D.K.** Owólabí

3. **b.a.** (bí àpẹẹrẹ); **abbl.** (àti béèbéè lọ); **a.y.** (àti àwọn yòókù)

b. Ẹ kán **ìsémìí pón-ún** méta (...), kí ẹ fi sàmì àfo ibi tí ẹ bá ti fo wúnrèn inú gbólóhùn àyọlò.

Àpẹẹrẹ

... tí mo rí lòjà.

Sé o rí... níbè?

12.3. Àmì Ìbéèrè (?)

Ẹ yán **àmì ìbéèr**è tèlé gbólóhùn dánfó kòòkan tí a bá fi ṣe ìbéèrè **tààrà**.

Àpẹẹrẹ

Ǹjé Ayò kí ẹnìkànkan nígbà tí ó débí láìpé yìí?

Sùgbón, ẹ yèyìí wò:

Mo féè mò **bóyá Ayò kí ẹnìkànkan láìpé yìí.**

Gbólóhùn ìbéèrè **èbùrú** tàbí **àgbàsọ** ni a fi bọ inú ìsòrò

yìí, kì í ṣe ìbéèrè tààrà. Ìdí nìyí ti a fi fi ìsèmìí pọ́n-ún parí
rẹ̀.

12.4. Àmì Ìyanu (!)

Ẹ yán **àmì ìyanu** kan péré ní ìparí gbólóhùn àṣẹ, gbólóhùn
ìbòòsí, tàbí gbólóhùn ìyanu/mérìírí.

Àpẹẹrẹ
Dàda, lọ ibẹ̀ yẹn kí n tó padà!

Ẹ̀yin ará, ẹ gbà mí o!

Háà, mo kú o!

Oró òò!

12.5. Àmì Ìsẹ́mìí-kà (:)

Ẹ fi **àmì ìsẹ́mìí-kà** parí òkùtẹ̀ àwọn ohun tí a **kà** tẹ̀lé ara
wọn.

Àpẹẹrẹ
Àwọn ọba ilẹ̀ Yorùbá ni: Ọ̀ọ̀ni, Olókukù, Alákétu...

Àpẹẹrẹ ni: ọwọ́, orí, ojú, apá, àti ẹsẹ̀.

12.6. Àmì Ìsẹ́mìí-tò (;)

Ẹ fi **àmì ìsẹ́mìí-tò** pààlà àwọn gbólóhùn abọ́dé tàbí àpọ́là
tí a **tò** tẹ̀lé ara wọn, nígbà tí ọ̀rọ̀ bá pọ̀, pàápàà tí wọ́n bá ní
olùwà kan-náà.

Àpẹẹrẹ

Òjó toko dé; ó wẹ̀; ó yarun rẹ̀; ó wọsọ; ó sì jáde lọ.

(Òjó ni olùwà àwọn gbólóhùn abọ́dé máràárún tí a **tò**
tẹ̀lé ara wọn yìí.)

12.7. Àmì Ìsẹ́mìí Péú (,)

Ẹ lo **àmì ìsẹ́mìí péú**[13]láti la (1) olórí awẹ́ gbólóhùn àti
àwọn awẹ̀ yòókù tó bá tẹ̀lé e; (2) àwọn awẹ́ afarahẹ
(3) awẹ́ afarahẹ tí ó bá ṣaájú olórí awẹ́; àti (4) àwọn wúnrẹ̀n
mìíràn tí wọ́n bá jẹ́ ọmọ inú àtòkọ. Ìsọ̀rí wúnrẹ̀n yòówù kí
a fi **ìsẹ́mìí péú** tò, a ní láti kọ ọ̀rọ̀-asopọ̀ láàárín **ìsẹ́mìí**
péú àti wúnrẹ̀n tó gbẹ̀yìn àtòkọ yẹn:

Àpẹẹrẹ

1. Pe èyíkéyìí nínú wọn, ì báà ṣe Olú **tàbí** Adé.

2. Ó sọ pé òun óò tètè dé, òun óò **sì** wáá kí wa nígbà
   tí òun bá dé.

   À ń ṣe eléyìí kí èdè Yorùbá lè lórúkọ, kí ó **sì** máà
   gbẹ̀yìn láwùjọ èdè ọmọnìyàn.

3. Nígbà tí ó dé, ó sọ ẹrù orí rẹ̀.

   (Bí awẹ́ afarahẹ kò bá ṣaájú, báyìí ni kíkọ àpẹẹrẹ

---

[13] A kúkú le yá "**kọmá**" da ọ̀rọ̀-ìpè yìí pè, bí ó tilẹ̀ jẹ́ pé kò nítumọ̀
kan gúnmọ́ fún Yorùbá elédè-kan.

(3):

> **Ó sọ ẹrù orí rẹ̀ nígbà tí ó dé**.)

Bí Ọlọ́run bá fẹ́, a óò tún ríra láìpẹ́.

> **(A óò tún ríra láìpẹ́ bí Ọlọ́run bá fẹ́**.)

4. Àwọn ọmọ ẹgbẹ́ tí ò **tíì** dé ni: Títí, Èbùn, **àti** Dúpẹ́.

Pé èyíkéyìí, ì báà ṣe Títí, Èbùn, **tàbí** Dúpẹ́.

12.8. Ní ìbẹ̀rẹ̀ gbólóhùn, ẹ yán **ìsẹ́mìí péú** tẹ̀lé àgbékalẹ̀ àkàndá; níbòmíràn nínú gbólóhùn, ẹ máà yán an.

Àpẹẹrẹ

Bí ó tí wù kí ó rí,...

Ì bá ṣe pé... ni, ...

Ó dé tàìdé,...

Jọ̀ọ́,...

Bí bẹ́ẹ̀ kọ́,...

Síbẹ̀ náà,...

Pẹ̀lúpẹ̀lú,...

Ju gbogbo rẹ̀ lọ,...

12.9. Ibi yòówù kí á lo irú àwọn ìsọ (ìsọ-èdè) wọ̀nyìí nínú gbólóhùn, ẹ fi **ìsẹ́mìí péú** pààlà là wọ́n àti àwọn ìsọ tí ó bá ṣaájú, tàbí tí ó tẹ̀lé wọn.

60

Síbẹ̀/síbẹ̀síbẹ̀,.../...,síbẹ̀/síbẹ̀síbẹ̀.

Dájúdájú,.../...,dájúdájú.

Láìsí àní-àní,.../..., láìsí àní-àní.

Dandan,.../..., dandan.

O fẹ́, o kọ̀,.../...,o fẹ́, o kọ̀.

Ó pẹ́, ó yá,.../..., ó pẹ́, ó yá.

Ó kéré tán,.../..., ó kéré tán.

12.10. Àmì Ìsẹ́mìí Àyọlò ("..."/'...'):

a. Ẹ fi **àmì àyọlò** abèjì/oníbejì ká àyọlò ọlọ̀rọ̀ tààrà mọ́.

Ó wí pé, "Ègbé ni fún àwọn òṣìkà."

b. Ẹ fi **àmì àyọlò** àṣo ('...') ká wúnrẹ̀n atúmọ̀, tàbí nínú àyọlò nínú àyọlò mìíràn mọ́.

orí *'head/tête/àgbà'*

ọwọ́ *'hand/main/ ọmọ ara tí a fi í mú nǹkan ṣe'*

Ó wí pé, "Jésù sọ pé, 'Ègbé ni fún àwọn òṣìkà.'"

Àyọkà Àmúṣàpẹẹrẹ

A gbọ́dọ̀ sọ Yorùbá di èdè-iṣẹ́ ní gbogbo ile-iṣẹ́ aládàáni, ti ìjọba-ìbílẹ̀, àti ti ìjọba-ìpínlẹ̀ láwùjọ àwa Yorùbá. Fún gbogbo ohun tí àwọn òṣìṣẹ́ bá máa sọ tàbí tí wọ́n bá máa kọ síra wọn lẹ́nu iṣẹ́, Yorùbá ni kí gbogbo wọ́n máa lò. Bí a bá sì máa gbani síṣẹ́, bí onítọ̀hún ti mọ Yorùbáá sọ tí ó sì mọ̀n-ọ́n kọ tó gbọ́dọ̀ jẹ́ ara ohun tí a ní láti wò mọ́ ọn.

Ọwọ́ ìjọba-ìbílẹ́ àti ti ìpínlẹ̀ ni eléyìí náà wà. Bí àwọn ìjọba wọ̀nyẹn bá sì ṣe bí a ti wí yìí, èyí tí òfin gbà wọ́n láyè dáadáa láti ṣe, àwọn òbí gbogbo àti àwọn akẹ́kọ̀ọ́ yóò tún bẹ̀rẹ̀ síí rí ẹ̀kọ́ Yorùbá ní àwọn ilé-ẹ̀kọ́ wa gbogbo gẹ́gẹ́ bí èyí tí ó ń powó síni lápò, tí ó sì ń fúnni ní ìgbéga lẹ́nu iṣẹ́. Èdè náà yóò sì di aníye-níyì, bí ti èdè Gẹ̀ẹ́sì lónìí, àyè kò sì níí sí mọ́ fún fífi-èdè-náà-sẹ̀sín, bí ti ẹni ọ̀wọ̀ alàgbà òṣèlú kan tí ó ní èdè Yorùbá kò wúlò ju kí á fi rọ́ Ifá, kí a sì fi pe ọfọ̀.

Nǹkan pàtàkì mìíràn tí a tún ní láti fi sọ́kàn ni pé kò sí èdè tí ó ń dédé bẹ̀rẹ̀ síí wúlò fún àwọn ohun tí a ò ti ń lò ó fún tẹ́lẹ̀. Ìyẹn ni pé kìkì àwọn ohun tí a bá ń lo èdè kan fún ni ó máa ń wúlò fún. Nítorí náà, bí a bá fẹ́ kí èdè Yorùbá bẹ̀rẹ̀ síí wúlò fún àwọn nǹkan mìíràn yàtọ̀ sí Ifá-ríró àti ọfọ̀-pípè, àtìsìnyìlọ ni a ti gbọ́dọ̀ bẹ̀rẹ̀ síí lò ó (díẹ̀díẹ̀, ní ìbẹ̀rẹ̀, bí ó bá gba bẹ́ẹ̀) fún àwọn nǹkan mìíràn wọ̀nyẹn bí ìkọ́ni, ìsèjọba, ìsòfin, ìgbófinró, àti bẹ́ẹ̀ bẹ́ẹ̀ lọ.

Printed in the United States
By Bookmasters